സ്പാനിഷ് നാടോടിക്കഥകൾ

ബാലസാഹിത്യം

സ്പാനിഷ് നാടോടിക്കഥകൾ

പരിഭാഷ:

ഹരിത സാവിത്രി

Little Green

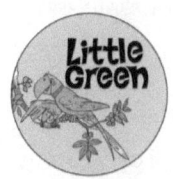

little green
an imprint of green books private limited
gb building, civil lane road, ayyanthole,
thrissur- 680 003, kerala, ph: +91 487-2381066, 2381039
website: www.greenbooksindia.com
e-mail: info@greenbooksindia.com

malayalam
spanish natotikkathakal
(children's story)
translated
by
haritha savithri

first published february 2019
copyright reserved

cover design : sajith peupa

branches:
thrissur 0487-2422515
palakkad 0491-2546162
thiruvananthapuram 0471-2335301
calicut 0495 4854662
kannur 0497-2763038

isbn : 978-93-88830-00-3

---

no part of this publication may be reproduced,
or transmitted in any form or by any means,
without prior written permission of the publisher

LGPL/026/2019

ആമുഖം

ഓരോ തലമുറയും പരമ്പരാഗത സ്വത്തുകൾപോലെ പഴങ്കഥകൾ കുട്ടികൾക്കായി കൈമാറാറുണ്ട്. കേട്ടും വായിച്ചും മനസ്സിൽ പതിയുന്ന കഥകൾ കുട്ടികളുടെ സ്വഭാവരൂപീകരണത്തിൽ വഹിക്കുന്ന പങ്ക് വലുതാണ്.

അനുദിനം വികസിക്കുന്ന സാങ്കേതിക വിദ്യ ഒരുക്കുന്ന ദൃശ്യ വിസ്മയങ്ങളെക്കാൾ നിറപ്പകിട്ടുള്ളതാണ് ബാല സാഹിത്യത്തിലെ പ്രധാന വിഭാഗമായ നാടോടിക്കഥകൾ. അവയ്ക്ക് സങ്കല്പങ്ങളുടെ മായാലോകം ഒരുക്കാനുള്ള മാന്ത്രികമായ കഴിവുണ്ട്. പക്ഷേ ദ്രുതഗതിയിൽ മാറുന്ന പുതിയ തലമുറയിലെ കുട്ടികളുടെ രുചിഭേദങ്ങൾക്കനുസരിച്ച് അവരെ ആകർഷിക്കുന്ന തരത്തിൽ മാറ്റങ്ങൾ വരുത്തുകയും പുനരാഖ്യാനിക്കേണ്ടതും ആവശ്യമാണ്.

2015-16 കാലഘട്ടത്തിൽ, ഓൺലൈൻ മാഗസിൻ ഇന്ത്യാറീക്ക് വേണ്ടിയാണ് ആദ്യമായി സിഗ്രോണെറ്റ് എന്ന പ്രശസ്തമായ സ്പാനിഷ് നാടോടിക്കഥ ഞാൻ പരിഭാഷപ്പെടുത്തിയത്. തർജ്ജമ ചെയ്തു കഴിഞ്ഞപ്പോൾ കഥയുടെ കാതലിൽ മാറ്റം വരുത്താതെ മിനുക്കിയെഴുതുകയും ചെയ്തു. ഈ സമാഹാരത്തിലെ കഥകളെല്ലാം മൂലകഥയിൽനിന്ന് വ്യത്യാസം വരുത്താതെ എഴുതിയവയാണ്.

സാധാരണ നാടോടിക്കഥകളെ പോലെ നന്മയും തിന്മയും തമ്മിലുള്ള പോരാട്ടം, നന്മയുടെ അന്തിമ

വിജയം, കഠിനാധ്വാനത്തിന്റെയും ദൃഢനിശ്ചയത്തിന്റെയും മൂല്യം എന്നിവയിൽ അധിഷ്ഠിതമാണ് ഈ കഥാസമാഹാരം.

സാരോപദേശത്തിന്റെ പതിവുരീതികളിൽനിന്ന് മാറി കുട്ടികൾ സ്വാഭാവികമായി ആശയം ഉൾക്കൊള്ളണം എന്ന ചിന്തയിലാണ് ഇതിലെ ഓരോ കഥയും എഴുതിയിട്ടുള്ളത്. എന്റെ കൊച്ചു വായനക്കാരുടെ മനസ്സിലും നന്മയുടെ മൂല്യങ്ങൾ അവരറിയാതെ സ്ഥാനം പിടിക്കാനും അവ സ്വഭാവത്തിന്റെ ഭാഗമാകാനും ഈ കഥകൾ കാരണമാവണമെന്ന ആഗ്രഹത്തോടെ....

ഹരിത സാവിത്രി

കഥകൾ

ഇരട്ടമുഖമുള്ള മനുഷ്യൻ 09
സിഗ്രോണെറ്റ് 19
കാട്ടുതാറാവുകൾ 24
ജീവജലം 32
നിധിദ്വീപ് 41
മരിയേത്ത 49
മാന്ത്രികക്കണ്ണാടി 54
മാന്ത്രികന്റെ മകൾ 58
മുറിവേറ്റ സിംഹം 67
വെള്ളിമണികൾ 79
സത്യം മാത്രം പറയുന്ന പക്ഷി 84

ഇരട്ടമുഖമുള്ള മനുഷ്യൻ

കുസൃതിക്കാരനും വഴക്കാളിയുമായ ഒരു എട്ടു വയസ്സുകാര നായിരുന്നു പെദ്രോ. അന്നും പതിവുപോലെ അവൻ അവന്റെ അമ്മൂമ്മയോടു വഴക്കുണ്ടാക്കാൻ തുടങ്ങി.

"പെദ്രിത്തോ, ഇനി ഇങ്ങനെ അലറിയാൽ നിന്നെ ഞാൻ ഇരട്ടമുഖമുള്ള മനുഷ്യന് കൊടുക്കും."

അമ്മൂമ്മയ്ക്ക് ദേഷ്യം വന്നു

"ഓഹോ... ആരാ അവൻ?"

പെദ്രോ വീണ്ടും അലറി

"അയാൾ ഒരു വിചിത്ര മനുഷ്യനാണ്. ഒരു മുഖം കൊണ്ട് ചിരിക്കുകയും വേറൊരു മുഖം കൊണ്ട് കരയുകയും ചെയ്യുന്ന ഭീകരമനുഷ്യൻ. ഏതെങ്കിലും കുട്ടികൾ ചിരിക്കുന്ന മുഖത്തു നോക്കിയാൽ അയാൾ അവർക്ക് കളിപ്പാട്ടങ്ങൾ കൊടുക്കും. സങ്കടമുള്ള മുഖത്തു നോക്കിയാൽ അയാൾ നിന്റെ ചെവി കടിച്ചെ ടുക്കും."

അമ്മൂമ്മ സാവകാശം പെദ്രോയോട് പറഞ്ഞു.

"അത് ശരി. എന്നാൽ എനിക്ക് ഇയാളെ ഒന്ന് കാണണം. ഞാൻ എത്ര നല്ല കുട്ടിയാണെന്ന് കാണുമ്പോൾ അയാൾ എനി ക്കൊരു കളിപ്പാട്ടം തരും."

"അയാൾ ഒന്ന് വന്നാൽ മതിയായിരുന്നു. നീ എത്ര ചീത്ത ക്കുട്ടിയാണെന്ന് കാണുമ്പോൾ അയാൾ നിന്റെ ചെവി കടി ച്ചെടുക്കും."

അമ്മൂമ്മ മുറുമുറുത്തു.

"എനിക്ക് അയാളെ കാണണം."

പെദ്രോ ഗൗരവത്തോടെ പറഞ്ഞു.

"നിനക്ക് പറ്റുമെങ്കിൽ തിരഞ്ഞു കണ്ടുപിടിക്ക്. അവന്റെ കൈയിൽപ്പെടാതെ സൂക്ഷിച്ചോ!"

അമ്മൂമ്മ അലക്ഷ്യമായി പറഞ്ഞു.

ഈ ഇരട്ടമുഖമുള്ള മനുഷ്യന്റെ കഥ അവൻ പൂർണ്ണമായും വിശ്വസിച്ചു. അയാളെ തേടിപ്പിടിക്കണം എന്ന് അവനു വാശി യായി. അന്ന് വൈകുന്നേരം പെദ്രോ ചില മരം വെട്ടുകാരെ കണ്ടുമുട്ടി. ഇവർക്ക് ആ ഭീകരജീവിയെ പരിചയം ഉണ്ടാവും എന്ന് കരുതി പെദ്രോ അവരോട് അന്വേഷിച്ചു.

"ഈ ഇരട്ടമുഖമുള്ള മനുഷ്യനെ എവിടെ കാണാൻ കിട്ടും?"

"ദേ... നീ അന്വേഷിക്കുന്ന ആൾ ആ മലയുടെ മുകളിൽ ഉണ്ട്."

അവർ അവനെ കളിയാക്കി.

കളിയാക്കുകയാണെന്നു മനസ്സിലാകാതെ പാവം പെദ്രോ ആ മലയുടെ നേരെ നടന്നു. കാടിനിടയിലൂടെ നടന്നു നടന്നു അവനു വഴി തെറ്റി. വിശപ്പും ദാഹവും കൊണ്ട് പെദ്രോ തളർന്നു. എങ്ങനെയെങ്കിലും വീട്ടിൽ പോയാൽ മതി എന്ന് തോന്നി. തിരിച്ചുപോകാനുള്ള വഴി കണ്ടുപിടിക്കാനാകാതെ അവൻ കുഴങ്ങി.

വൈകുന്നരമായി. കാട്ടിനുള്ളിൽ ഇരുട്ടായി. ചുറ്റും വന്യമൃഗ ങ്ങളുടെ മുരളലുകൾ കേട്ടു തുടങ്ങിയപ്പോൾ കാര്യം പന്തി യല്ലെന്ന് പെദ്രോയ്ക്ക് മനസ്സിലായി. അവൻ മുന്നിൽ കണ്ട ഒരു വലിയ മരത്തിൽ വലിഞ്ഞു കയറി. സൗകര്യപ്രദമായ ഒരു വലിയ ശാഖ രാത്രി കഴിച്ചു കൂട്ടാൻ അവൻ തിരഞ്ഞെടുത്തു.

താഴെ വീണു പോകും എന്ന പേടികൊണ്ട് രാത്രി ഒരു പോള കണ്ണടയ്ക്കാൻ പെദ്രോയ്ക്ക് കഴിഞ്ഞില്ല. നേരം വെളുത്തപ്പോൾ കാലിൽ ആരോ കരളുന്നതുപോലെ അവനു തോന്നി. നോക്കി യപ്പോൾ അതാ നിൽക്കുന്നു ഒരു അണ്ണാൻ! ആ അമ്പരന്ന നോട്ടം കണ്ടപ്പോൾ അണ്ണാൻ വിസ്തരിച്ചു ഒരു സല്യൂട്ട് അങ്ങ് വച്ചു കൊടുത്തു. എന്നിട്ട് പറഞ്ഞു

“സുപ്രഭാതം.”

അതൊന്നും ശ്രദ്ധിക്കാതെ പെഡ്രോ ചോദിച്ചു.

“എടാ അണ്ണാൻ കുഞ്ഞേ... ഈ ഇരട്ടമുഖമുള്ള മനുഷ്യനെ എവിടെ കാണാൻ കഴിയും?”

“എനിക്കറിയില്ല.. പക്ഷേ എന്റെ കൂട്ടുകാരൻ പരുന്തിനു അറിയാൻ കഴിഞ്ഞേക്കും. അവനു അറിയാത്തതായി ഈ ലോകത്ത് ഒന്നും തന്നെയില്ല. പിന്നെ എന്റെ പേര് അണ്ണാൻ എന്നൊന്നുമല്ല. എന്നെ എല്ലാവരും പക്കീത്തോ എന്നാ വിളിക്കുന്നത്.”

അവൻ വലിയ ഗമയിൽ പറഞ്ഞു. പെഡ്രോയുടെ കോലം കണ്ടിട്ടാകണം അടുത്തുള്ള അരുവിയുടെ കരയിലേക്കാണ് ആദ്യം അണ്ണാൻ അവനെ കൊണ്ടുപോയത്. കുളിർമയുള്ള മധുരിക്കുന്ന വെള്ളം പെഡ്രോ ആവോളം കുടിച്ചു. പല്ലൊക്കെ ഒന്ന് തേച്ചെന്നു വരുത്തി ഒരു കാക്കക്കുളിയും കുളിച്ചു അല്പമൊന്നു വൃത്തിയായി വന്നപ്പോഴേക്കും പക്കീത്തോ ഒരു ഇലക്കുമ്പിളിൽ നിറയെ തേനൂറുന്ന പഴങ്ങളുമായി എത്തി. അത് കൂടി അകത്താക്കിയപ്പോൾ പെഡ്രോയ്ക്ക് നല്ല ഉന്മേഷം തോന്നി

പക്കീത്തോയെയും എടുത്തു തോളിൽ വെച്ചു അവൻ മല കയറാൻ തുടങ്ങി. പരുന്തിന്റെ കൂട്ടിലേക്കുള്ള വഴി അണ്ണാന് അറിയാമായിരുന്നതുകൊണ്ട് അവർ വളരെ വേഗം ലക്ഷ്യത്തിലെത്തി. അവരെത്തിയപ്പോൾ പരുന്ത് തിരക്കിട്ട് കുഞ്ഞുങ്ങൾക്ക് ഭക്ഷണം കൊടുക്കുകയായിരുന്നു. സംശയത്തോടെ പെഡ്രോയെ നോക്കിക്കൊണ്ട് ഗൗരവം വിടാതെ പരുന്ത് അവർ എന്തിനാണ് വന്നതെന്നും പെഡ്രോ ആരാണെന്നും ഒക്കെ പക്കീത്തോയോട് ചോദിച്ചു മനസ്സിലാക്കി. കാലിൽ ഇറുക്കിപ്പിടിച്ചിരുന്ന തവളയുടെ അവസാനത്തെ കഷണവും വാ പൊളിച്ചു കാണിച്ച ഒരു കുഞ്ഞിന്റെ വായിലേക്ക് തള്ളി വെച്ചുകൊടുത്ത ശേഷം പരുന്ത് തനിക്കറിയാവുന്ന കാര്യങ്ങൾ വിശദീകരിച്ചു .

“ഞാൻ ഈ മനുഷ്യനെ കണ്ടിട്ടില്ല. പക്ഷേ മറ്റു പരുന്തുകൾ ഇയാളെപ്പറ്റി സംസാരിക്കുന്നതു കേട്ടിട്ടുണ്ട്. അയാൾ ഒരു അസന്തുഷ്ടനായ മനുഷ്യനാണ്. എപ്പോൾ കണ്ണാടിയിൽ നോക്കിയാലും അയാൾക്ക് തന്റെ സങ്കടം നിറഞ്ഞ മുഖമേ കാണാൻ കഴിയൂ. അത് കാണുമ്പോഴേക്കും അയാൾ കരച്ചിൽ തുടങ്ങും.”

"അയാൾ എവിടെയാണ് താമസിക്കുന്നത്?"
അക്ഷമയോടെ പെദ്രോ ചോദിച്ചു
"വളരെ ദൂരെ."
പരുന്ത് പറഞ്ഞു.
"നിനക്ക് അവിടെ എത്താൻ കഴിയില്ല. എന്നാൽ ഞാൻ നിന്നെ കൊണ്ടുപോകാം. എന്റെ കാലിൽ നിന്നെ ഇറുക്കിപ്പിടിച്ചു കൊണ്ട് പറന്നാൽ പെട്ടെന്ന് അവിടെ എത്തും."
പെദ്രോയ്ക്ക് ആവേശമായി
"എന്നാൽ നമുക്ക് പോയാലോ?"
അവൻ ചോദിച്ചു
"രണ്ടു പ്രധാനപ്പെട്ട കാര്യങ്ങളുണ്ട് എനിക്ക് പറയാൻ!"
പരുന്ത് പറഞ്ഞു
"ഒന്നാമത്തെ കാര്യം. കുഞ്ഞുങ്ങൾ കൂട്ടിൽ ഒറ്റയ്ക്കായതു കൊണ്ട് എനിക്ക് പെട്ടെന്ന് തിരിച്ചുവരണം. നിങ്ങളെ കാത്തു നിൽക്കാൻ പറ്റില്ല. രണ്ടാമത്തെ കാര്യം, അവിടെ വെച്ചു നിങ്ങൾക്ക് അപകടം സംഭവിച്ചേക്കാം, ഞാൻ അതിനു ഉത്തരവാദിയല്ല."
"അതൊന്നും സാരമില്ല. " പെദ്രോ പറഞ്ഞു. " നിനക്ക് ബുദ്ധി മുട്ടാവില്ലെങ്കിൽ എന്നെ അവിടേക്ക് ഒന്ന് കൊണ്ട് പോകു. എനിക്ക് അയാളെ കാണണം"
"ശരി. എന്നാൽ ഇപ്പോൾ തന്നെ പുറപ്പെടാം."
പെദ്രോയെ അവന്റെ ബെൽറ്റിൽ തൂക്കിയെടുത്തുകൊണ്ടു പരുന്ത് പറന്നുയർന്നു. പക്കീത്തോ ഇതിനിടയ്ക്ക് പെദ്രോയുടെ പോക്കറ്റിൽ കയറിപ്പറ്റിയിരുന്നു. നിമിഷനേരത്തിനുള്ളിൽ പരുന്ത് അവരെയുംകൊണ്ട് മേഘങ്ങൾക്കു മുകളിലെത്തി. താഴേക്കു നോക്കിയതും പെദ്രോയ്ക്ക് തല കറങ്ങി. അവൻ കണ്ണ് മുറുക്കി അടച്ചുപിടിച്ചിരുന്നു. ബട്ടൺ ഹോളിലൂടെ പുറത്തേക്കു നോക്കി യിരുന്ന പക്കീത്തോയ്ക്ക് താഴെയുള്ള മരങ്ങൾ പച്ചനിറമുള്ള സൂചികൾ പോലെ തോന്നി. മിന്നുന്ന നീല നിറത്തിലുള്ള തടാക ങ്ങളും വളഞ്ഞു പുളഞ്ഞു കിടക്കുന്ന മലനിരകളും താണ്ടി വളരെ ദൂരം അവർ പറന്നു. ഒടുവിൽ പരുന്തു പതുക്കെ താഴേക്കിറങ്ങു ന്നതുപോലെ തോന്നിയപ്പോൾ പെദ്രോ കണ്ണ് തുറന്നു നോക്കി.

ഒരു ചെറിയ മലയുടെ മുകളിൽ പറന്നിറങ്ങാനുള്ള വട്ടം കൂട്ടലിലാണ് പരുന്ത്. താഴെയിറങ്ങിയ ശേഷം തന്റെ കഴുത്തിൽ ഒരു ആഭരണം പോലെ അണിഞ്ഞിരുന്ന ഒരു കാട്ടുകായ എടുത്തു പെഡ്രോയുടെ കൈയിൽ അവൾ വച്ചു കൊടുത്തു.

"ഇത് വെറുമൊരു കായ അല്ല. ഒന്നാംതരം വിസിൽ ആണ്. ഇതിന്റെ ശബ്ദത്തിന് കിലോമീറ്ററുകൾ ദൂരെയെത്താനുള്ള കഴിവുണ്ട്. നിനക്കെന്തെങ്കിലും പ്രശ്നം ഉണ്ടായാൽ നീ ഇതുപയോഗിക്കണം. ഞാൻ വരും നിന്നെ കൊണ്ടുപോകാൻ."

പരുന്ത് പറന്നകലുന്നതു നോക്കി ഒരല്പം സങ്കടത്തോടെ പെഡ്രോ നിന്നു. അവന്റെ പോക്കറ്റിൽ കിടന്നുറങ്ങിപ്പോയ പക്കീത്തോ അപ്പോഴാണ് ഉണർന്നത്. അവൻ പതുക്കെ തല പുറത്തിട്ടു നോക്കിയിട്ട് സന്തോഷത്തോടെ ചിലച്ചു.

"നമ്മൾ എത്തി!"

അപ്പോഴാണ് പെഡ്രോ അവനെ കണ്ടത്.

"നീ വന്നത് ഞാൻ അറിഞ്ഞതേയില്ല."

പക്കീത്തോയെ കണ്ടപ്പോൾ പെഡ്രോയ്ക്ക് ശരിക്കും ആശ്വാസമായി. അവൻ പക്കീത്തോയുടെ തവിട്ടു നിറത്തിലുള്ള തലയിൽ ഒരുമ്മ കൊടുത്തു.

അണ്ണാൻക്കുഞ്ഞിനു വലിയ സന്തോഷമായി. അവൻ ഗമയിൽ പറഞ്ഞു.

"നിന്നെ ഒന്ന് അദ്ഭുതപ്പെടുത്തണം എന്നുണ്ടായിരുന്നു. എന്റെ ഉപദേശങ്ങൾ നിനക്കാവശ്യമായി വരുമെന്ന് എനിക്ക് തോന്നി. പൊങ്ങച്ചം പറയുകയാണെന്ന് കരുതരുത്. ഞങ്ങൾ അണ്ണാൻവർഗ്ഗം വളരെ ബുദ്ധിമാന്മാരാണെന്ന് നിനക്കറിയാമെന്നു കരുതുന്നു."

"ശരി ശരി... നമ്മൾ ഇപ്പോൾ എന്തു ചെയ്യാൻ പോവുകയാണ്?"

"നിനക്കു അയാളെ കാണണ്ടേ? നമുക്കു പോയി തിരഞ്ഞു കണ്ടുപിടിക്കാം. എനിക്കും ഈ വിചിത്രമനുഷ്യനെ ഒന്നു പരിചയപ്പെടണം."

"അയാൾ നമ്മളെ ഉപദ്രവിച്ചാലോ?"

"കൊള്ളാം. ഉപദ്രവിച്ചാൽ നമ്മൾ തിരിച്ചടിക്കും. പക്കീത്തോ തന്റെ മസിലുകൾ അഭിമാനത്തോടെ പ്രദർശിപ്പിച്ചു. "നീ ഇവിടെ നിൽക്കൂ. ഞാൻ പരിസരമൊക്കെ നോക്കിയിട്ട് വരാം."

പക്കീത്തോ നിമിഷനേരത്തിനുള്ളിൽ മരങ്ങൾക്കിടയിൽ അപ്രത്യക്ഷനായി. പക്ഷേ അവൻ തിരിച്ചു വന്നത് പേടിച്ചരണ്ട മുഖത്തോടെയാണ്.

"പെദ്രോ... ആ മനുഷ്യൻ കൂട്ടിലടച്ചിട്ടിരിക്കുന്ന കുറെ കുട്ടി കളെ തല്ലിച്ചതക്കുകയാണ്."

"അവർ ചീത്തക്കുട്ടികളായിരിക്കും! ഞാൻ ഒരു നല്ല കുട്ടി യല്ലേ? എനിക്ക് അയാൾ കൈനിറയെ കളിപ്പാട്ടങ്ങൾ തരും!"

"അതെനിക്കറിഞ്ഞു കൂടാ. ഞാൻ കണ്ടത് ആ കുട്ടികളെ അയാൾ അടിച്ചു ശരിയാക്കുന്നതാണ്. പിന്നെ അയാൾ ഒരു കാര്യം പറയുന്നതും ഞാൻ കേട്ടു."

"എന്താ അത്?" പെദ്രോയ്ക്ക് ആകാംക്ഷയായി.

"ഇവനെ എനിക്കിഷ്ടപ്പെട്ടു! അവനെ എനിക്കിഷ്ടപ്പെട്ടില്ല. പക്ഷേ എല്ലാ അവന്മാരെയും ഞാൻ കൊല്ലും!"

"അയാൾ ഇത് ഒരു പാട്ടു പോലെ പാടിക്കൊണ്ടാണ് ആ കുട്ടികളെ അടിച്ചത്."

"അയാൾ അങ്ങനെ പറഞ്ഞോ?" പെദ്രോയ്ക്ക് ചെറിയ പേടി തോന്നി.

"അതെ. അയാളുടെ തലയുടെ പുറകിലായിരുന്നു സന്തോഷ മുള്ള മുഖം. കണ്ടപാടെ ഞാൻ കണ്ണ് മുറുക്കെ അടച്ചു. കണ്ടാൽ എന്നെയും പിടിച്ചു കൂട്ടിലിട്ടാലോ!"

"നമ്മളിനി എന്ത് ചെയ്യും?" പെദ്രോ ആകെ വിഷമിച്ചു.

"നീ പേടിക്കാതെ! നമുക്ക് ഈ പൈൻമരത്തിന്റെ മുകളിൽ കയറിയിരുന്നു നോക്കാം."

മരത്തിന്റെ മുകളിലെത്തിയപ്പോൾ പെദ്രോയ്ക്ക് ആശ്വാസ മായി. അവിടെയിരുന്നപ്പോൾ അവനു ചുറ്റും നടക്കുന്നതൊക്കെ കാണാമായിരുന്നു. അണ്ണാൻകുഞ്ഞ് അല്പം ദൂരെയുള്ള കൂട് കാണിച്ചു കൊടുത്തു. അതിനുള്ളിൽ സംഭവിക്കുന്നത് എല്ലാം അവിടെയിരുന്നാൽ അവർക്ക് കാണാമായിരുന്നു.

കൂടിന്റെ നടുക്ക് വിചിത്രരൂപിയായ ആ മനുഷ്യൻ നിന്നിരുന്നു. അയാളുടെ കൈയിൽ ഒരു ചാട്ടയുണ്ടായിരുന്നു. ചുറ്റും പല പ്രായ ക്കാരായ കുറെ കുട്ടികളും. ഇടയ്ക്കിടയ്ക്ക് എന്തൊക്കെയോ വിളിച്ചു കൂവിക്കൊണ്ട് അയാൾ ചാട്ട വീശി അവരെ പ്രഹരി ക്കുകയായിരുന്നു.

ഈ ഭീകര ദൃശ്യം കണ്ടപ്പോൾ പെദ്രോയ്ക്ക് ആദ്യം തോന്നി യത് വിസിലൂതി പരുന്തിനെ വരുത്തി എത്രയും പെട്ടെന്ന് അവിടെ നിന്ന് രക്ഷപ്പെടാനാണ്. അടുത്ത നിമിഷം അവൻ ആ കുട്ടികളെ ക്കുറിച്ചോർത്തു.

"ചിലപ്പോൾ എനിക്കവരെ രക്ഷിക്കാൻ കഴിഞ്ഞാലോ? എന്തെ ങ്കിലും അപകടം ഉണ്ടെന്നു തോന്നിയാൽ പരുന്തിനെ വിളിക്കാം!"

അല്പം കഴിഞ്ഞപ്പോൾ അയാൾ കൂട്ടിൽ നിന്നിറങ്ങി അവരി രുന്ന മരത്തിന്റെ ദിശയിലേക്ക് നടന്നുവരുന്നതു കണ്ടു. അയാ ളുടെ മുഖത്തു കണ്ട തീവ്രമായ ദുഃഖഭാവം കണ്ട് പെദ്രോ ഭയന്ന് വിറച്ചു. പെദ്രോയുടെ പേടി കണ്ട അണ്ണാൻകുഞ്ഞ് അവന്റെ ചെവിയിൽ മന്ത്രിച്ചു.

"കണ്ണടച്ചു പിടിക്ക്. അല്ലെങ്കിൽ നമ്മുടെ കാര്യം പോക്കാ."

പെദ്രോ അനുസരിച്ചു. ഇരട്ടമുഖമുള്ള മനുഷ്യൻ അവരിരുന്ന മരത്തിന്റെ തൊട്ടടുത്തു കൂടി കടന്നുപോയി. അവരെ അയാൾ കണ്ടതേയില്ല. അയാൾ കടന്നു പോയിക്കഴിഞ്ഞു പെദ്രോ കണ്ണ് തുറന്നു നോക്കി. അയാളുടെ സന്തോഷമുള്ള മുഖമാണ് അവൻ കണ്ടത്. ചിരി സഹിക്കാനാവാതെ അവനു വീണ്ടും കണ്ണ് മുറുക്കെ അടക്കേണ്ടി വന്നു. അത്രയ്ക്ക് വിചിത്രമായിരുന്നു ആ മുഖം.

അയാൾ ദൂരെ അപ്രത്യക്ഷനാകുന്നതുവരെ അവർ കാത്തി രുന്നു. എന്നിട്ട് മരത്തിൽനിന്ന് താഴെയിറങ്ങി കൂട്ടിനടുത്തേക്ക് ഓടി. അവരെ കണ്ടതും ആ കുട്ടികൾ സന്തോഷംകൊണ്ട് ആർപ്പുവിളിക്കാൻ തുടങ്ങി.

"നീ ഞങ്ങളെ രക്ഷിക്കാൻ വന്നതാണോ?"

"അതെ, പക്ഷേ എങ്ങനെ എന്ന് എനിക്കറിഞ്ഞു കൂടാ. നിങ്ങളെ പൂട്ടിയിരിക്കുകയാണല്ലോ, നോക്കട്ടെ."

അവൻ കൂടിന്റെ വാതിലുകൾ പരിശോധിക്കാൻ തുടങ്ങി. അദ്ഭുതമെന്നു പറയട്ടെ. ഒരെണ്ണം പൂട്ടിയിരുന്നില്ല. പെദ്രോ

അകത്തു കടന്നു. പക്ഷേ വാതിൽ വീണ്ടുമടഞ്ഞു. അകത്തു നിന്നും തുറക്കാൻ പറ്റുന്ന രീതിയിലായിരുന്നില്ല അതിന്റെ സംവിധാനം.

"പാവം കുട്ടി..." മറ്റുള്ളവർ പറഞ്ഞു. "ഇത് ഒരു എലിക്കെണി പോലെയാണ്. അകത്തു കടന്നാൽ പിന്നെ പുറത്തിറങ്ങാനാവില്ല!

പെട്ടെന്ന് ആ വിചിത്ര മനുഷ്യൻ മടങ്ങി വരുന്നത് അവർ കണ്ടു. വാതിൽ തുറന്നു അകത്തു കയറിയ അയാൾ പെഡ്രോയെ കണ്ടു ഒരു നിമിഷം അമ്പരന്നു. തന്റെ സങ്കടം നിറഞ്ഞ കണ്ണുകൾകൊണ്ട് അയാൾ പെഡ്രോയെ തുറിച്ചു നോക്കി. കരയാതിരിക്കാൻ പെഡ്രോ തന്റെ കണ്ണുകൾ മുറുക്കി അടച്ചു

"പുതിയൊരുത്തൻ കൂടി! കൊള്ളാം. ഇന്ന് ആവുന്നത്ര നീ ചിരിച്ചോളൂ, ആദ്യത്തെ ദിവസമല്ലേ?"

അയാൾ രണ്ടു കൈ കൊണ്ടും തന്റെ തല പിടിച്ചു തിരിച്ചു. പെഡ്രോയെ സന്തോഷം നിറഞ്ഞ കോമാളി മുഖം ഉറ്റു നോക്കി. ചിരികൊണ്ട് സഹിക്കാൻ വയ്യാതെ പെഡ്രോ കണ്ണ് മുറുക്കി അടച്ചു.

"കൊള്ളാം. നീ മറ്റുള്ളവരെപ്പോലെയല്ല. ഉറപ്പുള്ളവനാണ്. പക്ഷേ നാളെയും ഇങ്ങനെ തന്നെ ആയിരിക്കണം കേട്ടോ!"

അയാൾ അവനെ മറ്റുള്ളവരുടെ കൂടെ പൂട്ടിയിട്ടിട്ടു സ്ഥലം വിട്ടു.

രാത്രിയായി.എല്ലാവരും ഉറങ്ങി. പകുതി ഉറക്കത്തിലായിരുന്ന പെഡ്രോയ്ക്ക് തന്നെ ആരോ വിളിക്കുന്നത് പോലെ തോന്നി. കണ്ണ് തുറന്നു നോക്കിയപ്പോൾ അവൻ പക്കീത്തോയെ ആണ് കണ്ടത്. ബഹളത്തിനിടയിൽ അവൻ അഴികൾക്കിടയിലൂടെ രക്ഷപ്പെട്ടിരുന്നു.

"നാളെ നിന്നെ ഞാൻ രക്ഷിക്കും."

മറ്റൊന്നും പറയാതെ പക്കീത്തോ വന്നതുപോലെ നിശ്ശബ്ദനായി അഴികൾക്കിടയിലൂടെ നൂണ്ടിറങ്ങിപ്പോയി.

അടുത്ത ദിവസം അയാൾ വീണ്ടും പ്രത്യക്ഷപ്പെട്ടു. അയാളുടെ മൂടിക്കെട്ടിയ മുഖം കണ്ടപ്പോഴേ പെഡ്രോ കണ്ണ് മുറുക്കി അടച്ചു. എന്ത് ഫലം? ചാട്ട വീശിയുള്ള ആദ്യത്തെ അടി അവന്റെ മുതുകത്താണ് വീണത്. എല്ലാവർക്കും കണക്കിന് കിട്ടി. കണ്ണീരൊഴുക്കുന്ന കുട്ടികളുടെ നടുവിലേക്ക് കുറെ റൊട്ടിക്കഷണങ്ങൾ എറിഞ്ഞു കൊടുത്തിട്ട് അയാൾ സ്ഥലം വിട്ടു.

ഒരു ഇരമ്പൽ കേട്ടാണ് പെദ്രോ തല ഉയർത്തി നോക്കിയത്. ആയിരക്കണക്കിന് പതിനായിരക്കണക്കിന് അണ്ണാനുകൾ എവിടെ നിന്നൊക്കെയോ ചാടിയോടി വരുന്നു! നിമിഷനേരത്തിനുള്ളിൽ അവ ഇരുമ്പുവല തകർത്തു. കുട്ടികൾ പുറത്തേക്കോടി. പാറക്കെട്ടുകൾക്കിടയിൽ കണ്ട ഒരു ഗുഹയിൽ അവർ പതുങ്ങി.

ബഹളം കേട്ടാവണം ഇരട്ടമുഖമുള്ള മനുഷ്യൻ തിരിച്ചെത്തി. കുട്ടികളെ കാണാതിരുന്നപ്പോൾ അയാൾ അമ്പരന്നു പോയി. കൈയിൽ കിട്ടിയ ചാട്ട എടുത്തു അയാൾ അണ്ണാൻകുട്ടികളെ അടിച്ചോടിച്ചു. ഇരുമ്പുവലക്കണ്ണികൾക്കിടയിലൂടെ അവ ചാടിയോടി.

ഒരു വലിയ വടിയും കൈയിലെടുത്തു ആ വിചിത്രമനുഷ്യൻ അലറിക്കൊണ്ട് അവിടെയൊക്കെ ഓടി നടന്നു. ആറേഴു മണിക്കൂർ അയാൾ അവരെ അവിടെയാകെ അന്വേഷിച്ചു നടന്നു. വിശപ്പും തളർച്ചയും തണുപ്പും മൂലം അയാൾ അവരുടെ ഗുഹയ്ക്കടുത്തൊരു സ്ഥലത്ത് കിടന്നുറങ്ങാൻ തുടങ്ങി.

ശ്വാസമടക്കിപ്പിടിച്ചിരിക്കുകയായിരുന്നു പെദ്രോയും കൂട്ടരും. പതുങ്ങിപ്പതുങ്ങി വന്ന പക്കിത്തോ പെദ്രോയുടെ കൈയിൽ നിന്നും വിസിൽ വാങ്ങി. ശാസമടക്കിപ്പിടിച്ചുകൊണ്ട് അവൻ ഉറങ്ങിക്കിടക്കുകയായിരുന്ന ആ മനുഷ്യന്റെ കഴുത്തിൽ ആ വിസിൽ കെട്ടിയിട്ടു. ഇടയ്ക്കെപ്പോഴോ തണുപ്പ് മൂലം ഉണർന്നപ്പോൾ അയാൾ തന്റെ കഴുത്തിൽ വിസിൽ കണ്ടു ആശയക്കുഴപ്പത്തിലായി. ഉറങ്ങാൻ കിടന്നപ്പോൾ ഇത്തരമൊരു ആഭരണം തന്റെ കഴുത്തിൽ ഉണ്ടായിരുന്നില്ല എന്ന് അയാൾക്ക് ഉറപ്പായിരുന്നു. ഇതെന്താണെന്ന കൗതുകത്തോടെ അയാൾ ആഞ്ഞാഞ്ഞു വിസിൽ മുഴക്കി.

വിസിലിന്റെ ശബ്ദം കേട്ടു പരുന്ത് പറന്നു വന്നു. ഇരുട്ടിൽ ആരോ കിടക്കുന്നത് അവ്യക്തമായി അവൾ കണ്ടു. പെദ്രോയാണത് എന്ന് കരുതി പരുന്ത് ആ ഭീകരമനുഷ്യനെ തൂക്കിയെടുത്തുകൊണ്ട് പറന്നുയർന്നു. മേഘങ്ങൾക്കു മുകളിലെത്തിയപ്പോൾ അയാൾക്കു ബോധം വീണു. താൻ പറക്കുകയാണെന്ന് കണ്ടപ്പോൾ അയാൾ അലറിവിളിക്കാൻ തുടങ്ങി.

പരിചയമില്ലാത്ത ശബ്ദം കേട്ടു പരുന്ത് അമ്പരന്നു പോയി. പെദ്രോയല്ല തന്റെ കാലിൽ എന്ന് അവൾക്കു മനസ്സിലായി.

കുനിഞ്ഞു നോക്കിയ പരുന്ത് കണ്ടത് ആ ഭീകര മനുഷ്യനെയാണ്. ഒരു ഞെട്ടലോടെ അവൾ അയാളുടെ മേലുള്ള പിടി വിട്ടു. ഭീകരമായ ഒരു അലർച്ചയോടെ അയാൾ മലമുകളിലുള്ള പാറക്കെട്ടുകൾക്കു മേൽ പതിച്ചു. ശബ്ദം കേട്ടു ഓടിയെത്തിയ അണ്ണാൻകുട്ടികൾ ചിതറിപ്പോയ അയാളുടെ ശരീരം കണ്ടു ആനന്ദ നൃത്തം വച്ചു.

അണ്ണാൻകുട്ടികളുടെ ആനന്ദഘോഷം കേട്ടു പെദ്രോ പതുക്കെ തല പുറത്തേക്കിട്ടു നോക്കി. ചാടിത്തിമിർത്തു വരുന്ന പക്കീത്തോയെയും കൂട്ടുകാരെയുമാണ് അവൻ കണ്ടത്. പെദ്രോയെ അന്വേഷിച്ചു അവിടെമാകെ വട്ടമിട്ടു പറന്ന പരുന്തും അവനെക്കണ്ട് സന്തോഷത്തോടെ താഴെയിറങ്ങി.

“പേടിക്കണ്ട.” അവൾ പറഞ്ഞു. “അയാളുടെ കഥ കഴിഞ്ഞു. ഇനി നിങ്ങളെയെല്ലാം ഇവിടെ നിന്ന് രക്ഷിക്കണം. അത് എനിക്ക് വിട്ടേക്കൂ.”

അവൾ ഒരു പ്രത്യേക ശബ്ദമുണ്ടാക്കി. പെട്ടെന്ന് കുറെ പരുന്തുകൾ അവിടെ പറന്നെത്തി. അവർക്കെല്ലാം നടന്ന സംഭവങ്ങൾ വിശദീകരിച്ചു കൊടുത്തിട്ട് കുട്ടികളെ വീടുകളിലെത്തിക്കാൻ അവൾ ഏർപ്പാട് ചെയ്തു. പെദ്രോയെയും പക്കീത്തോയെയും അവൾ തന്നെ തിരിച്ചെത്തിച്ചു. ഇനിയെങ്കിലും ആരെങ്കിലും എന്തെങ്കിലും പറയുന്നത് കേട്ടിട്ട് ചാടിപ്പുറപ്പെടരുത് എന്നൊരു പദേശവും കൊടുത്തിട്ട് അവൾ കുഞ്ഞുങ്ങളുടെ അടുത്തേക്ക് പറന്നു പോയി.

“പക്കീത്തോ, നീ എന്റെ കൂടെ വരുന്നോ?”

പെദ്രോ ചോദിച്ചു

“എന്തിനാ? നിന്റെ അമ്മൂമ്മയുടെ ചീത്ത കേൾക്കാനല്ലേ? ഞാൻ ഇവിടെ ഈ കാട്ടിൽ ജീവിച്ചോളാം. നിനക്ക് ഇങ്ങോട്ടുള്ള വഴി അറിയാമല്ലോ. ഇടയ്ക്ക് എന്നെ കാണാൻ വരൂ.”

പെദ്രോ വീട്ടിലേക്കു നടന്നു. ദൂരെ അവന്റെ വീടിന്റെ പുകക്കുഴൽ കാണാമായിരുന്നു. ഇനിയൊരിക്കലും അവിടം വിട്ടു പോവുകയില്ലെന്നു അവൻ മനസ്സിലുറപ്പിച്ചു

(‘എൽ ഓംബ്രെ കോൻ ദോസ് കാരാസ്’
സ്പാനിഷ് നാടോടിക്കഥ)

■

സിഗ്രോണെറ്റ്

മോണ്ട്സെറാട്ട് മലയുടെ താഴ്‌വരയിലെ ഒരു ചെറിയ കുടിലിലായിരുന്നു ജോർദിയുടെയും അന്നയുടെയും താമസം. ഫല വൃക്ഷങ്ങൾ നിറഞ്ഞ, ലാവണ്ടർ പൂക്കളുടെ സുഗന്ധമുള്ള ഒരു കൊച്ചുതോട്ടത്തിന്റെ നടുവിലായിരുന്നു ആ വീട്.

പന്നികളും ആടുകളും ഒക്കെയായി ജോർദിക്കും അന്നയ്ക്കും എപ്പോഴും പിടിപ്പതു പണിയുണ്ടായിരുന്നു. സന്തോഷം നിറഞ്ഞ ജീവിതമായിരുന്നു എങ്കിലും ഒരു കുഞ്ഞില്ലാത്ത ദുഃഖം അന്നയെ അലട്ടിയിരുന്നു. അടുക്കളയിൽ പാചകത്തിലേർപ്പെട്ടിരിക്കുമ്പോഴും മലഞ്ചെരിവുകളിൽ നിന്ന് ഉണക്കപ്പുല്ലുകൾ വെട്ടി കറ്റ കളാക്കുമ്പോഴും അവൾ ദൈവത്തിനോട് പരാതിപ്പെട്ടുകൊണ്ടേയിരിക്കും.

ഒരു ദിവസം സങ്കടം സഹിക്കാനാവാതെ അവൾ മനസ്സിലോർത്തു. "ഒരു കൊച്ചുകടലയുടെ വലിപ്പമുള്ള ഒരു കുഞ്ഞായിരുന്നെങ്കിൽ പോലും ഞാൻ അവനെ പൊന്നുപോലെ നോക്കുമായിരുന്നു. അതിനുള്ള ഭാഗ്യമെങ്കിലും എനിക്കുണ്ടായിരുന്നെങ്കിൽ."

അന്ന് രാത്രി അത്താഴത്തിനുള്ള പുഴുങ്ങിയ കടലയും മൊരിച്ച ബേക്കണും പാചകം ചെയ്യുന്നതിനിടയിൽ അന്ന കാണാതെ ഒരു കടല താഴെ വീണു. ആരോ തന്റെ പാവാടത്തുമ്പിൽ പിടിച്ചു വലിക്കുന്നു എന്നു തോന്നിയപ്പോൾ അവൾ കുനിഞ്ഞു നോക്കി. എന്തദ്ഭുതം! കടലയുടെ വലുപ്പം മാത്രമുള്ള ഒരു കൊച്ചു മിടുക്കൻ.

അന്നയ്ക്കു ഒരുപാടു സന്തോഷമായി. അവൾ അവനു 'കൊച്ചു കടല' എന്നർത്ഥം വരുന്ന സിഗ്രോണെറ്റ് എന്ന് പേരിട്ടു.

അന്ന അവനുവേണ്ടി ഒരു തീപ്പെട്ടിക്കൂടിൽ മുയലിന്റെ മൃദു രോമങ്ങൾ നിറച്ച കിടക്കയൊരുക്കി. തന്റെ തുന്നൽക്കൂടയിൽ നിന്ന് ഏറ്റവും മിനുസമുള്ള പട്ട് അവനെ പുതയ്ക്കാൻ അവൾ തിരഞ്ഞെടുത്തു. സന്തോഷം സഹിക്കാനാവാതെ രാത്രി മുഴുവൻ ഉറക്കമിളച്ചു അന്ന കൊച്ചു സിഗ്രോണെറ്റിന് കാവലിരുന്നു.

നേരം വെളുത്തു. അന്ന അടുക്കളയിൽ പണിത്തിരക്കിലാണ്. ജോർദി പതിവുപോലെ തോട്ടത്തിലെ ജോലികൾക്കായി പോയിരിക്കുന്നു. പാലിൽ കുതിർത്ത റൊട്ടിയും ഉണക്കിയ ഇറച്ചിയുടെ ഒരു ചെറിയ കഷണവും ഒക്കെയായി ഗംഭീരനൊരു പ്രാതലും കഴിഞ്ഞിരിക്കുകയായിരുന്നു സിഗ്രോണെറ്റ്. കുറെക്കഴിഞ്ഞു അവനു മടുപ്പ് തോന്നിത്തുടങ്ങി. അച്ഛനും അമ്മയും എല്ല് മുറിയെ പണിയെടുക്കുന്നു. തനിക്കും അവരെ സഹായിക്കണം എന്ന് അവനു തോന്നി.

അമ്മയുടെ പാവാടത്തുമ്പിൽ പിടിച്ചുവലിച്ചുകൊണ്ട് അവൻ വാശി പിടിച്ചു തുടങ്ങി

“അമ്മേ, എനിക്കും എന്തെങ്കിലും ജോലി തരൂ.”

അവന്റെ നിർബന്ധം സഹിക്കാനാവാതെ അന്ന അവനെയുമെടുത്തു വെളിയിലിറങ്ങി. മുറ്റത്തു നിറയെ കായ്ച്ചു നിൽക്കുന്ന ചെറിമരത്തിന്റെ കൊമ്പിൽ അവനെ ഇരുത്തിയിട്ട് അവൾ പറഞ്ഞു.

“ഈ മരത്തിനു കാവൽ നിൽക്കലാണ് നിന്റെ ജോലി. പഴങ്ങൾ തിന്നാൻ മീവൽപ്പക്ഷികൾ വരും. അവയെ ചൂളമടിച്ച് ഓടിക്കണം.”

തന്റെ ജോലി സിഗ്രോണെറ്റിന് ഒരുപാട് ഇഷ്ടമായി. പഴങ്ങൾ തിന്നാൻ വന്ന മീവൽപ്പക്ഷികൾ എവിടെ നിന്നാണെന്നറിയാത്ത ചൂളംവിളി കേട്ടു പേടിച്ചു പറന്നകന്നു. കൊഴുത്ത പുല്ലിൽ കുത്തിമറിഞ്ഞു കളിച്ചുകൊണ്ടിരുന്ന ആട്ടിൻകുട്ടികൾ അദ്ഭുതത്തോടെ ചെവി കൂർപ്പിച്ചു നിന്നു. കൊച്ചു സിഗ്രോണെറ്റിനെ അവരാരും കണ്ടതേയില്ല.

ദിവസങ്ങൾ കടന്നു പോയി. എല്ലാ ദിവസവും രാവിലെ സമൃദ്ധമായ പ്രാതലിനുശേഷം സിഗ്രോണെറ്റ് ചെറിമരത്തിലെത്തും. അവനെപ്പേടിച്ചു പക്ഷികളും വണ്ടുകളും പഴങ്ങൾ തിന്നാൻ വരാതെയായി. അമ്മ ചെറിപ്പഴങ്ങൾ പറിച്ചെടുത്തതിനു ശേഷം

വിളഞ്ഞു വരുന്ന പഴങ്ങൾ നിറഞ്ഞ ആപ്പിൾ മരത്തിലേക്ക് ജോലി മാറണം എന്ന് സിഗ്രോണെറ്റ് തീരുമാനിച്ചു

ഒരു ദിവസം ചെറിപ്പഴങ്ങളുടെ കുലയിൽ തൂങ്ങിയാടി രസിക്കുകയായിരുന്നു സിഗ്രോണെറ്റ്. പെട്ടെന്ന് ഭൂമി വിറയ്ക്കുന്നതു പോലെ തോന്നി. ചെറിമരമാകെ ഉലഞ്ഞാടി. സിഗ്രോണെറ്റ് താഴെ വീഴാതിരിക്കാൻ പണിപ്പെട്ടു. കാര്യമെന്താണെന്നറിയാൻ ചുറ്റും നോക്കിയ അവൻ കണ്ടത് ഒരു രാക്ഷസനെയാണ്. അവന്റെ അച്ഛന്റെ പത്തിരട്ടി വലിപ്പം. തോളിലൊരു വലിയ തുണി സഞ്ചിയുമുണ്ട്. കൈയിൽ കിട്ടുന്ന ചെറിപ്പഴങ്ങളെല്ലാം പറിച്ചു കൂടയിലിടുകയാണ്.

പേടിച്ചു വിറച്ചു പോയി സിഗ്രോണെറ്റ്. എങ്ങനെ ഇവനെ ഓടിക്കും? തന്റെ തുളച്ചു കയറുന്ന ചെറിയ ശബ്ദത്തിൽ അവൻ വിളിച്ചു കൂവി.

"തൊട്ടു പോകരുത്."

രാക്ഷസൻ ഞെട്ടിപ്പോയി. തന്റെ ചെവിക്കടുത്തു നിന്നാണ് ഈ ശബ്ദം. ആളെക്കാണാനുമില്ല. ആരെയും കാണാതിരുന്നപ്പോൾ അവൻ വീണ്ടും ചെറിപ്പഴങ്ങൾ പറിച്ചു തുടങ്ങി. ഇത് കണ്ടിട്ട് സിഗ്രോണെറ്റിന് ദേഷ്യം വന്നു. അമ്മ സൂക്ഷിക്കാൻ ഏല്പിച്ചതാണ്. ഈ രാക്ഷസൻ ഇതെല്ലം പറിച്ചു കൊണ്ടു പോയാൽ അമ്മയോട് എന്ത് പറയും? അവൻ വീണ്ടും അലറി.

"എടാ..! നിന്നോടല്ലേ പറഞ്ഞത് തൊട്ടു പോകരുതെന്ന്?"

ഇത്തവണ രാക്ഷസനു ആളെ പിടികിട്ടി. തന്റെ മൂക്കിനു താഴെയുള്ള ഒരു ചെറിപ്പഴക്കുലയിൽ നിന്ന് തന്നെ തുറിച്ചു നോക്കുന്നു കടലയുടെ വലിപ്പത്തിലുള്ള ഒരു ചെറുക്കൻ. രാക്ഷസൻ പൊട്ടിച്ചിരിച്ചുപോയി. ആ ചിരിയുടെ ശക്തിയിൽ തെറിച്ചു പോകാതെ സിഗ്രോണെറ്റ് പണിപ്പെട്ടു. അവൻ രോഷത്തോടെ വിളിച്ചു പറഞ്ഞു.

"എന്റെ അമ്മ എന്നെ നോക്കാൻ ഏല്പിച്ചതാണ് ഈ പഴങ്ങൾ. നീ വേറെ സ്ഥലം നോക്ക്!"

മറുപടി പോലും പറയാതെ രാക്ഷസൻ സിഗ്രോണെറ്റിനെ ആ പഴക്കുലയോടെ എടുത്തു സഞ്ചിയിലാക്കി. ആവശ്യത്തിനു

21

പഴങ്ങൾ പറിച്ചെടുത്തതിനു ശേഷം അവൻ തന്റെ വീട്ടിലേക്കു മടങ്ങി. ആ സമയംകൊണ്ട് സിഗ്രോണെറ്റ് സഞ്ചിയിൽ ഒരു ദ്വാര മുണ്ടാക്കിയിരുന്നു. വീട് തുറക്കാൻ വേണ്ടി രാക്ഷസൻ സഞ്ചി താഴെ വച്ച നേരം നോക്കി അവൻ പുറത്തു ചാടി. നേരെ പുര പ്പുറത്തേക്ക് വലിഞ്ഞു കയറി. രാക്ഷസന് അവിടെ എത്താൻ അത്ര എളുപ്പമല്ലെന്ന് അവന് അറിയാമായിരുന്നു.

വീട് തുറന്ന് അകത്തു കയറിയ രാക്ഷസൻ തനിക്കു കിട്ടിയ അദ്ഭുതജീവിയെ ഒന്ന് നന്നായി കാണാൻ വേണ്ടി സഞ്ചി തുറന്നു. ദ്വാരം കണ്ടപ്പോഴേ സിഗ്രോണെറ്റ് കടന്നു കളഞ്ഞെന്ന് അവനു മനസ്സിലായി. ദേഷ്യം സഹിക്കാനാവാതെ അവൻ അലറി. അവിടെയാകെ രാക്ഷസൻ അവനു വേണ്ടി പരതി നടന്നു. അവ സാനം സ്ലേറ്റ്കല്ലുകൾ കൊണ്ട് മേഞ്ഞ പുരപ്പുറത്തു പറ്റിപ്പിടി ച്ചിരിക്കുന്ന സിഗ്രോണെറ്റിനെ അവൻ കണ്ടെത്തി.

ദേഷ്യം അടക്കിപ്പിടിച്ചു രാക്ഷസൻ ചോദിച്ചു

"നീ ഒരു മിടുക്കനാണല്ലോ. എങ്ങനെ അവിടെയെത്തി?"

സിഗ്രോണെറ്റ് പറഞ്ഞു.

"എളുപ്പമല്ലേ... ദേ ആ കിടക്കുന്ന ചെടിച്ചട്ടികൾ കൂട്ടിവച്ചു അതിന്റെ മുകളിൽ കൂടിയാണ് ഞാൻ ഇവിടെയെത്തിയത്."

മണ്ടനായ രാക്ഷസൻ പെട്ടെന്ന് തന്നെ അവിടെക്കിടന്ന ചെടി ച്ചട്ടികളെല്ലാം കൂടി കൂട്ടി വച്ച് അതിന്റെ മുകളിൽ കയറാൻ ശ്രമിച്ചു. ഒരു മല മറിഞ്ഞു താഴെ വീഴുന്നതുപോലെ അവൻ മറിഞ്ഞു വീണു. ദേഷ്യം ഒട്ടും പുറത്തു കാണിക്കാതെ ചോരയൊലിക്കുന്ന മൂക്കുമായി രാക്ഷസൻ വീണ്ടും ചോദിച്ചു.

"എന്റെ മിടുക്കൻകുട്ടിയല്ലേ... നീ എങ്ങനെ പുരപ്പുറത്തു കയറി എന്നൊന്ന് പറഞ്ഞു താ..."

സിഗ്രോണെറ്റ് ചിരിച്ചു കൊണ്ട് പറഞ്ഞു.

"എളുപ്പമല്ലേ... ദേ ആ കിടക്കുന്ന മൺചട്ടിയുടെ പുറത്തു കയറിയാണ് ഞാൻ ഇവിടെയെത്തിയത്."

ഇത്തവണ രാക്ഷസൻ കുറച്ചു കൂടി ബുദ്ധിയോടെ പ്രവർ ത്തിച്ചു. അവൻ അടുത്തുള്ള ചന്തയിലേക്കോടി. അവിടെയുള്ള ചട്ടിയെല്ലാം എടുത്തുകൊണ്ടു വന്നു. അതെല്ലാം ഭംഗിയായി

പുരപ്പുറം വരെ എത്തുന്ന രീതിയിൽ അടുക്കി വച്ചിട്ട് രാക്ഷസൻ മുകളിലേക്ക് കയറാൻ തുടങ്ങി. പകുതി വഴിയായപ്പോഴേക്കും മൂക്ക് കുത്തി അവൻ പോത്തോയെന്നു വീണ്ടും താഴെ വീണു. ദേഷ്യം കൊണ്ട് രാക്ഷസൻ വിറച്ചു. "ഇന്ന് നിന്നെ പിടിച്ചു ഞാൻ ഒരു കടല ചവച്ചു തിന്നുന്നതു പോലെ കറുമുറെ തിന്നും." അവൻ മനസ്സിലോർത്തു. സ്നേഹം ഭാവിച്ചു രാക്ഷസൻ വീണ്ടും ചോദിച്ചു.

"എന്റെ കൊച്ചുമിടുക്കനെല്ലേ... എങ്ങനെ അവിടെ എത്തി എന്ന് പറഞ്ഞു താ... ഞാൻ നിന്നെ വീട്ടിൽ കൊണ്ടുവിടാം."

സിഗ്രോണെറ്റ് ബുദ്ധിമാനായിരുന്നു. രാക്ഷസൻ കള്ളം പറയുകയാണെന്ന് അവനു മനസ്സിലായി. അവൻ പറഞ്ഞു

"ദേ ആ മൺകലം കണ്ടോ... അതിന്റെ പുറത്തു ചവിട്ടിയാണ് ഞാൻ ഇവിടെയെത്തിയത്.

രാക്ഷസൻ ആവേശത്തോടെ വീണ്ടും ചന്തയിലേക്കോടി. അവിടെ കണ്ട മൺകലമെല്ലാം കൂടി വാരിയെടുത്തു കൊണ്ടു വന്നു. ഇത്തവണ കൂടുതൽ ശ്രദ്ധയോടെ അവൻ അതെല്ലാം അടുക്കി വച്ചു. സിഗ്രോണെറ്റിനെ ചുട്ടു തിന്നണോ പച്ചയ്ക്ക് തിന്നണോ എന്നാലോചിച്ചു കൊണ്ട് അവൻ മുകളിലേക്ക് കയറാൻ തുടങ്ങി. പുരപ്പുറത്തെത്താറായപ്പോഴേക്കും കലമെല്ലാം കൂടി ഇളകി രാക്ഷസൻ തറയിലേക്കു വീണു. ഇത്തവണ അവന്റെ കഴുത്താണ് ഒടിഞ്ഞത്.

സിഗ്രോണെറ്റ് പതുക്കെ താഴേക്കിറങ്ങി. രാക്ഷസൻ ഇനി ഒരിക്കലും തന്റെ ചെറിപ്പഴങ്ങൾ മോഷ്ടിക്കാൻ വരില്ലെന്ന് അവനറിയാമായിരുന്നു. ഉച്ചയൂണിന് അമ്മ എന്തെങ്കിലും സ്വാദുള്ള വിഭവം ഉണ്ടാക്കിയിരിക്കും എന്നോർത്തുകൊണ്ട് സിഗ്രോണെറ്റ് വീട്ടിലേക്കോടി.

(സിഗ്രോണെറ്റ് എന്ന സ്പാനിഷ് കഥ)

■

കാട്ടുതാറാവുകൾ

നെയൂസിലെ റാണി ആയിരുന്നു ലൂയിസ. സുന്ദരന്മാരും കരു ത്തരുമായ പന്ത്രണ്ട് ആൺമക്കളുടെ അമ്മയായിരുന്നു അവർ. എന്നിട്ടും ഒരു പെൺകുട്ടിയുടെ അമ്മയാകാൻ കഴിഞ്ഞില്ല എന്ന ദുഃഖം രാജ്ഞിയെ അലട്ടിക്കൊണ്ടേയിരുന്നു.

ഒരിക്കൽ ലൂയിസ കാട്ടിനടുത്തു കൂടി തന്റെ കുതിരപ്പുറത്തു സഞ്ചരിക്കുകയായിരുന്നു. വസന്തകാലത്ത് പൂക്കളുടെ മണവു മേറ്റ് കാട്ടുപാതകളിലൂടെ കുതിരയോടിക്കുക രാജ്ഞിയുടെ ഇഷ്ട വിനോദമായിരുന്നു. അന്ന് തിരിച്ചുവരുന്ന വഴിയിൽ കുതിര പെട്ടെന്ന് നിന്നു. മുന്നോട്ടു നീങ്ങാൻ ഇഷ്ടമില്ലാത്തതുപോലെ അത് മുൻകാലുകളുയർത്തി ചിനച്ചു.

കാര്യമെന്തെന്നറിയാൻ ചുറ്റും നോക്കിയ രാജ്ഞി വഴിയരി കിൽ ഒരു പഴന്തുണിക്കെട്ടു കണ്ടു. അടുത്തെത്തിയപ്പോഴാണ് അതൊരു കുഞ്ഞാണ് എന്ന് മനസ്സിലായത്. ദാരിദ്ര്യം മൂലം ആരോ ഉപേക്ഷിച്ചതാവും എന്ന് മനസ്സിൽ കരുതിയാണ് റാണി കുഞ്ഞിനെ ചുറ്റിയിരുന്ന തുണി മാറ്റിയത്. അവർ അമ്പരന്നു പോയി. ഇത്ര ഓമനത്തവും സൗന്ദര്യവുമുള്ള ഒരു പെൺ കുഞ്ഞിനെ ഉപേക്ഷിക്കാൻ എങ്ങനെ ഒരു അമ്മയ്ക്ക് മനസ്സ് വന്നു എന്ന് അവർ ചിന്തിച്ചു.

പുറകിലാരോ ചുമക്കുന്ന ശബ്ദം കേട്ടു റാണി തിരിഞ്ഞു നോക്കി. ഒരു പടുകിളവി. പ്രാഞ്ചി പ്രാഞ്ചി നടന്നു വരുന്നു. അത് ഒരു മന്ത്രവാദിനി ആണെന്ന് ലൂയിസയ്ക്ക് മനസ്സിലായതേയില്ല.

അവർ പറഞ്ഞു.

"ഒരു പെൺകുഞ്ഞ് നിന്റെ എക്കാലത്തെയും മോഹമാണ്. അവളെപ്പോലെ ഒരു സുന്ദരി സ്പെയിനിൽ ഉണ്ടാവില്ല. നിനക്ക്

അവളെ എടുക്കാം. പക്ഷേ എനിക്ക് അവൾക്കു പകരം എനിക്ക് ഒരു കാര്യം തരണം."

"എന്ത് വേണമെങ്കിലും ചോദിച്ചോളൂ."

രാജ്ഞി പറഞ്ഞു.

"രാജകൊട്ടാരത്തിന്റെ കവാടത്തിൽ നിന്നെ സ്വീകരിക്കാൻ ആരാണോ വരുന്നത് അവരെ എനിക്ക് വേണം."

സവാരി കഴിഞ്ഞു തിരിച്ചെത്തുമ്പോൾ സ്വീകരിക്കാൻ എന്നും ഓടിയെത്തുന്ന നായ്ക്കുട്ടികളുടെ കാര്യമാവും ഈ കിഴവി പറയുന്നത് എന്ന് ലൂയിസ കരുതി.

"അതിനെന്താ... എന്നെ സ്വീകരിക്കാൻ കവാടത്തിലെത്തുന്നവരെ നിങ്ങൾക്കെടുക്കാം."

രാജ്ഞി പറഞ്ഞു.

കുഞ്ഞിനേയും മാറോടു ചേർത്തു പിടിച്ചു കൊണ്ട് ലൂയിസ കുതിരയോടിച്ചു കൊട്ടാരത്തിലേക്കു പോയി. കവാടത്തിലെത്തുന്നതിനു മുൻപ് തന്നെ റാണി തന്നെ സ്വീകരിക്കാൻ വാതിൽക്കൽ കാത്തു നിൽക്കുന്ന പുത്രന്മാരെ കണ്ടു. ഭയന്ന് പോയ ലൂയിസ തിരിച്ചു പോകാൻ അലറി വിളിച്ചുവെങ്കിലും കുട്ടികൾക്ക് അതു കേൾക്കാൻ കഴിഞ്ഞില്ല. പെട്ടെന്ന് അവളുടെ മുന്നിൽ വച്ചു തന്നെ കുട്ടികൾ കാട്ടുതാറാവുകളായി മാറി. റാണി അടുത്തു ചെന്നതും ചിറകടിച്ചുകൊണ്ട് അവർ പറന്നുപോയി.

ഓമനിച്ചു വളർത്തിയ പന്ത്രണ്ടു മക്കളും ഒരു ദിവസം കൊണ്ട് നഷ്ടപ്പെട്ടു എന്നത് ലൂയിസയ്ക്ക് സഹിക്കാൻ കഴിയുന്നതിലേറെ ആയിരുന്നു. ഇസബെൽ എന്ന് പേരിട്ട കൊച്ചുമകളുടെ ഓമന മുഖം മാത്രമായിരുന്നു ഒരു ആശ്വാസം. അമ്മയുടെ വിഷാദം കണ്ടു വളർന്നതു കൊണ്ടാവാം കൊച്ചുരാജകുമാരിയുടെയും സ്ഥായിയായ ഭാവം വിഷാദമായിരുന്നു.

ഒരു ദിവസം അവൾ അമ്മയോട് പറഞ്ഞു.

"അമ്മേ... എനിക്ക് ഇവിടുത്തെ ഏകാന്തത മടുത്തു. എന്റെ കൂടെ കളിക്കാൻ ഒരു സഹോദരനോ സഹോദരിയോ ഉണ്ടായിരുന്നെങ്കിൽ!"

റാണി പൊട്ടിക്കരഞ്ഞു. തനിക്കു നഷ്ടപ്പെട്ട പന്ത്രണ്ടു മക്കളുടെ കഥ ലൂയിസ മകളെ പറഞ്ഞു കേൾപ്പിച്ചു. തനിക്കുവേണ്ടി

അമ്മ സഹിച്ച നഷ്ടത്തിന്റെ കഥ കേട്ട് രാജകുമാരിക്കു സഹിക്കാൻ കഴിഞ്ഞില്ല. അവൾ ചേട്ടന്മാരെ തിരഞ്ഞു പോകാൻ തീരുമാനിച്ചു. റാണിയുടെ കണ്ണീരിനും യാചനയ്ക്കും അവളെ തടയാൻ കഴിഞ്ഞില്ല. ഒരു നിലാവുള്ള രാത്രിയിൽ അമ്മ ഉറങ്ങുന്ന നേരം നോക്കി തന്റെ സാധനങ്ങൾ നിറച്ച കൊച്ചു ഭാണ്ഡവും കെട്ടി അവൾ യാത്രയായി.

മൂന്നു വർഷം ഇസബെൽ ചേട്ടന്മാരെ അന്വേഷിച്ചു കാടു കളായ കാടുകളൊക്കെ അലഞ്ഞു നടന്നു. ഒരു ദിവസം ഒരു മരത്തിന്റെ ചുവട്ടിൽ കിടന്നുറങ്ങുകയായിരുന്ന അവൾ ഒരു സ്വപ്നം കണ്ടു. ഒരു ചെറിയ കാട്ടുപാതയിലൂടെ ഇടതൂർന്ന കാടിനുള്ളിലൂടെ അവൾ സഞ്ചരിക്കുന്നു. ഒടുവിൽ ഒരു കുടിലിന്റെ മുറ്റത്താണ് എത്തിച്ചേരുന്നത്. ആ കുടിലിൽ അവളുടെ ചേട്ടന്മാരുണ്ടായിരുന്നു. ഇസബെൽ ഞെട്ടിയുണർന്നു. കണ്ണ് തിരുമ്മി ചുറ്റും നോക്കിയ അവൾ ഒരു ചെറിയ ഊടുവഴി കണ്ടു. ഒന്ന് പരീക്ഷിച്ചു നോക്കാം എന്നു കരുതി അവൾ നടക്കാൻ തുടങ്ങി. കാടിന്റെ അഗാധതയിലേക്ക് നീണ്ടു നീണ്ടു പോയ ആ വഴി ചെന്നു നിന്നത് അവൾ സ്വപ്നത്തിൽ കണ്ടതുപോലെ തന്നെയുള്ള ഒരു കുടിലിന്റെ മുന്നിലായിരുന്നു.

പതുക്കെ അകത്തു കയറി നോക്കിയ ഇസബെൽ അദ്ഭുതപ്പെട്ടു. പന്ത്രണ്ടു കിടക്കകൾ, പന്ത്രണ്ടു കസേരകൾ, പന്ത്രണ്ടു പാത്രങ്ങൾ അങ്ങനെ വീട്ടിലെ എല്ലാ ഉപകരണങ്ങളും പന്ത്രണ്ടെണ്ണം വീതം. അവളുടെ ഹൃദയം കുതിച്ചു ചാടി വർഷങ്ങളുടെ അലച്ചിലിനും യാതനകൾക്കും ശേഷം അവസാനം അവളിതാ ലക്ഷ്യത്തിലെത്തിയിരിക്കുന്നു.

ഇസബെൽ അടുപ്പിൽ തീ കത്തിച്ചു. നേർത്ത ചൂടുള്ള മുറിയിൽ മൃദുവായ കിടക്കയിൽ കിടന്ന പാടെ അവൾ ഉറങ്ങിപ്പോയി. ചിറകടി ശബ്ദം കേട്ടാണ് അവൾ ഉണർന്നത്. വാതിലിന്റെ വിടവിലൂടെ ഇസബെൽ ഒളിഞ്ഞു നോക്കി. പന്ത്രണ്ടു കാട്ടുതാറാവുകൾ! വാതിലിനടുത്തിയതും അവർ കരുത്തരായ പന്ത്രണ്ടു യുവാക്കളായി മാറി. പെട്ടെന്ന് തന്നെ കണ്ടാൽ അവർ എന്ത് കരുതും എന്ന് ഭയന്ന് അവൾ വാതിലിനു പിന്നിൽ ഒളിച്ചു.

അടുപ്പിൽ തീ കണ്ടു അവർ അമ്പരന്നു. മുറിയാകെ പരതിയപ്പോൾ കതകിനു പിന്നിൽ ഇസബെല്ലിനെ കണ്ടു കണ്ണ് മിഴിച്ചു

നിന്ന അവരെ കണ്ണുനീരോടെ അവൾ കെട്ടിപ്പിടിച്ചു. താൻ ആരാണെന്നും എങ്ങനെ അവരെ കണ്ടെത്തിയെന്നും അവൾ പറഞ്ഞു കേൾപ്പിച്ചു. യുവാക്കൾക്ക് സന്തോഷം അടക്കാനായില്ല. അവളെ സല്ക്കരിക്കാനും സ്നേഹപ്രകടനങ്ങൾ നടത്താനും അവൾ മത്സരിച്ചു.

ദിവസങ്ങൾ കഴിഞ്ഞു പോയി. എല്ലാ ദിവസവും രാവിലെ ചെറുപ്പക്കാർ കാട്ടുതാറാവുകളായി പറന്നു പോകും. വൈകീട്ട് തിരിച്ചു വന്നു മനുഷ്യരൂപത്തിലാകും. ഇതിനൊരു അവസാനം വേണ്ടേ എന്ന് ഇസബെൽ ചിന്തിച്ചു.

അവൾ ഒരു ദിവസം മൂത്ത ചേട്ടനോട് ചോദിച്ചു.

"നിങ്ങൾക്ക് വീണ്ടും മനുഷ്യരൂപം കിട്ടാൻ വല്ല മാർഗ്ഗവുമുണ്ടോ?"

യുവാക്കൾ പരസ്പരം നോക്കി.

"മാർഗ്ഗമൊക്കെയുണ്ട്. പക്ഷേ നിന്നെപ്പോലെയുള്ള ഒരു പെൺകുട്ടിക്ക് സാധിക്കുന്ന കാര്യമല്ല അത്."

ചേട്ടൻ പറഞ്ഞു.

ഇസബെൽ ചിരിച്ചു.

"നിങ്ങളെത്തേടി മൂന്നു വർഷമാണ് ഞാൻ കൊടുംകാടുകളിലൂടെ അലഞ്ഞു തിരിഞ്ഞത്. കണ്ടു കിട്ടിയിരുന്നില്ലെങ്കിൽ ആ യാത്ര ഇപ്പോഴും തുടർന്നേനേ. എന്താണെങ്കിലും എന്നോട് പറയൂ. എന്നെക്കൊണ്ട് കഴിയുമെങ്കിൽ ഞാനത് ചെയ്തിരിക്കും."

അവളുടെ വാശി സഹിക്കാനാകാതെ മൂത്ത സഹോദരൻ വിശദീകരിച്ചു.

"യക്ഷികളുടെ താഴ്‌വര നിറയെ പറന്നു നടക്കുന്ന അപ്പൂപ്പൻതാടികൾ ശേഖരിച്ച് അവ കൊണ്ട് നൂൽ നൂറ്റു, ആ നൂൽ കൊണ്ട് പന്ത്രണ്ടു വസ്ത്രങ്ങളുണ്ടാക്കണം. അവ അണിഞ്ഞാൽ ഞങ്ങൾ പിന്നെയൊരിക്കലും കാട്ടുതാറാവുകൾ ആയി മാറില്ല."

ഇസബെല്ലിനു സന്തോഷമായി.

"അത്രേയുള്ളൂ? ഞാൻ നാളെത്തന്നെ അവിടെപ്പോകും."

ചേട്ടന്റെ കണ്ണ് നിറഞ്ഞു.

"അത് മാത്രമല്ല. അപ്പൂപ്പൻതാടികൾ പെറുക്കാൻ യക്ഷികളുടെ താഴ്‌വരയിൽ നീ ഒറ്റയ്ക്ക് മാത്രമേ പോകാവൂ. പന്ത്രണ്ടു

ഉടുപ്പുകൾ തുന്നിത്തീരുന്നതുവരെ നീ സംസാരിക്കാനോ കര യാനോ ചിരിക്കാനോ പാടില്ല."

ചേട്ടന്മാരുടെ സങ്കടം കണ്ടു ഇസബെൽ അവരെ ആശ്വസി പ്പിച്ചു.

"പന്ത്രണ്ടു ഉടുപ്പുകൾ തുന്നാൻ ഒരുപാട് സമയമൊന്നും വേണ്ട. കുറച്ചു ദിവസം ഞാൻ പണിയെടുത്താൽ ഈ വിഷമങ്ങളെല്ലാം തീരും. പിന്നെ നമുക്കെല്ലാവർക്കും കൂടി അമ്മയുടെ അടുത്തേക്കു പോകാം. അമ്മയ്ക്ക് എത്ര സന്തോഷമാവും എന്ന് ചേട്ടന്മാർ ഒന്ന് ആലോചിച്ചു നോക്ക്."

ഒടുവിൽ അവർ സമ്മതിച്ചു. അടുത്ത ദിവസം രാവിലെ ഇസ ബെൽ യക്ഷികളുടെ താഴ്വരയിലെത്തി. അവിടെയെത്തിയതും അവൾ സന്തോഷംകൊണ്ട് മതിമറന്നു പോയി. അവിടമാകെ അപ്പൂപ്പൻതാടികൾ പറന്നു നടന്നിരുന്നു. കുറച്ചു ദിവസം കൊണ്ടു തന്നെ പന്ത്രണ്ടു കുപ്പായങ്ങൾ തുന്നിത്തീർക്കാൻ കഴിയും എന്ന് അവൾക്ക് ഉറപ്പായി.

പക്ഷേ വിചാരിച്ച അത്ര എളുപ്പമായിരുന്നില്ല അവളുടെ ജോലി. അപ്പൂപ്പൻതാടികൾക്കിടയിലൂടെ ഇടയ്ക്കിടയ്ക്ക് ഭയ പ്പെടുത്തുന്ന മുഖങ്ങൾ പ്രത്യക്ഷപ്പെട്ടു. ഭീഷണമായ ശബ്ദങ്ങൾ കേട്ടു പേടിച്ചു വിറച്ചുകൊണ്ടാണ് ഇസബെൽ തന്റെ ഭാണ്ഡം നിറച്ചത്. വൈകുന്നേരം അവൾ വീട്ടിൽ തിരിച്ചെത്തി. ചേട്ട ന്മാർക്ക് ഭക്ഷണമുണ്ടാകി വെച്ച ശേഷം അവൾ നൂൽ നൂൽക്കാ നിരുന്നു.

ദിവസങ്ങൾ ഇങ്ങനെ കടന്നു പോയി. ഒരു വാക്കുപോലും ഉച്ചരിക്കാതിരിക്കാനും ഒരു തുള്ളി കണ്ണുനീര് പോലും പൊഴി യാതിരിക്കാനും ഒരു കുഞ്ഞു പുഞ്ചിരിപോലും മുഖത്തു പ്രത്യക്ഷപ്പെടാതിരിക്കാനും അവൾ വളരെയേറെ ശ്രദ്ധിച്ചു. അവളെ ശല്യം ചെയ്യാതിരിക്കാൻ ചേട്ടന്മാരും മനസ്സിരുത്തി.

ഒരു ദിവസം അവൾ പതിവുപോലെ താഴ്വരയിൽ അലഞ്ഞു നടന്നു അപ്പൂപ്പൻതാടികൾ ശേഖരിക്കുകയായിരുന്നു. അപ്പോ ഴാണ് ഒരു രാജകുമാരൻ അതുവഴി വന്നത്. നായാട്ടിനിറങ്ങിയ കുമാരൻ തന്റെ കൂട്ടുകാരിൽ നിന്നും കൂട്ടം തെറ്റി അലയുക യായിരുന്നു. കൊടുംകാട്ടിനു നടുവിൽ ഇസബെല്ലിനെപ്പോലെ

ഒരു പെൺകുട്ടിയെ കണ്ടപ്പോൾ അദ്ദേഹം അമ്പരന്നു. അത്ര ഭംഗിയുള്ള ഒരു പെൺകുട്ടിയെ രാജകുമാരൻ അതിനു മുൻപ് കണ്ടിട്ടുണ്ടായിരുന്നില്ല.

ഇസബെല്ലിനോട് വിവരങ്ങൾ അന്വേഷിക്കാൻ അദ്ദേഹം ശ്രമിച്ചെങ്കിലും അവൾ ഒരു മറുപടിയും പറഞ്ഞില്ല. എന്തായാലും അവളെ ആ കാട്ടിൽ ഉപേക്ഷിച്ചു പോകുന്നില്ല എന്ന് രാജകുമാരൻ തീരുമാനിച്ചു. ഇസബെല്ലിനെ അവളുടെ തോളിൽ തൂങ്ങിക്കിടന്ന ഭാണ്ഡങ്ങൾ സഹിതം വാരിയെടുത്തു കുതിരപ്പുറത്തു വച്ചുകൊണ്ട് രാജകുമാരൻ കൊട്ടാരത്തിലേക്കുള്ള വഴി ലക്ഷ്യമാക്കി യാത്രയായി. ആംഗ്യങ്ങൾ മൂലം വിശദീകരിക്കാൻ ഇസബെൽ ശ്രമിച്ചെങ്കിലും രാജകുമാരന് ഒന്നും മനസ്സിലായില്ല.

കൊട്ടാരത്തിലെത്തിയ ഇസബെല്ലിന്റെ പ്രാകൃതവേഷവും അവൾ പാലിച്ചിരുന്ന നിശ്ശബ്ദതയും കണ്ട മഹാറാണിക്ക് ഇത് ഒരു മന്ത്രവാദിനി ആണോ എന്ന് സംശയം തോന്നി. തന്റെ സംശയം റാണി കുമാരനോടു പറഞ്ഞെങ്കിലും അദ്ദേഹം അതിനെ ഒരു ചിരിയോടെ തള്ളിക്കളഞ്ഞതെയുള്ളൂ. മാത്രമല്ല തനിക്കു അവളെ വിവാഹം കഴിക്കാൻ ആഗ്രഹമുണ്ടെന്ന് അമ്മയോട് പറയുകയും ചെയ്തു.

ഇസബെൽ ഒരു നിമിഷംപോലും പാഴാക്കാതെ തനിക്കായി അനുവദിച്ചു കിട്ടിയ മുറിയിലിരുന്നു തന്റെ ജോലി തീർക്കുകയായിരുന്നു. അവൾക്കു രാജകുമാരനെ നന്നേ ഇഷ്ടമായി. പക്ഷേ തന്റെ കർത്തവ്യം ഇസബെൽ മറന്നില്ല. അവൾ ഏകദേശം തന്റെ ജോലിയുടെ അവസാന ഭാഗത്ത് എത്തിയിരുന്നു. പക്ഷേ ഉടുപ്പുകളുടെ പണി തീർക്കാൻ കുറച്ചു കൂടി അപ്പൂപ്പൻതാടികൾ അവൾക്ക് ആവശ്യമുണ്ടായിരുന്നു. ഒരു ദിവസം രാത്രി ആരും കാണാതെ അവൾ യക്ഷികളുടെ താഴ്‌വരയിലേക്കു പോയി വരാൻ തീരുമാനിച്ചു.

ഇസബെല്ലിന്റെ രീതികളിൽ സംശയമുണ്ടായിരുന്ന മഹാറാണി അവൾ കൊട്ടാരത്തിൽനിന്ന് രാത്രി ഇറങ്ങിപ്പോകുന്നത് കാണാനിടയായി. അവർ ഉടൻതന്നെ രാജകുമാരനെ വിളിച്ചുണർത്തി. അവർ രണ്ടുപേരും കൂടി അവളെ അവളറിയാതെ പിന്തുടർന്നു. ഇതൊന്നുമറിയാതെ പാവം ഇസബെൽ യക്ഷികളുടെ

താഴ്‌വരയിലെത്തി. കിട്ടിയ നേരംകൊണ്ട് ഭാണ്ഡങ്ങൾ നിറയ്ക്കുന്നതിലായിരുന്നു അവളുടെ ശ്രദ്ധ.

അന്നാദ്യമായി രാജകുമാരന് അമ്മ പറയുന്നതിൽ കാര്യമുണ്ടെന്നു തോന്നി. ശബ്ദമുണ്ടാക്കാതെ അവർ രണ്ടുപേരും കൊട്ടാരത്തിലേക്കു മടങ്ങി. നേരം വെളുത്തപ്പോൾ ഇസബെൽ തന്റെ മുറിയിൽ ഉണ്ടെന്നു മഹാറാണിക്ക് മനസ്സിലായി. എത്രയും പെട്ടെന്ന് ഈ മന്ത്രവാദിനിയെ ജീവനോടെ കത്തിച്ചു കളയുന്നതിന്റെ ആവശ്യകത അവർ രാജകുമാരനെ ബോദ്ധ്യപ്പെടുത്തി. മനസ്സില്ലാമനസ്സോടെ രാജകുമാരൻ അതിനു സമ്മതം മൂളി.

അങ്ങനെ ഇസബെല്ലിനെ ജീവനോടെ കത്തിക്കാനുള്ള ദിവസമടുത്തു. തനിക്കു ചുറ്റും നടക്കുന്നതെല്ലാം അറിയുന്നുണ്ടെങ്കിലും ഒരക്ഷരം പോലും മിണ്ടാതെ തടവുമുറിയിലിരുന്നും ജോലി തീർക്കുന്നതിലായിരുന്നു അവളുടെ ശ്രദ്ധ. അങ്ങനെ അവസാന ദിവസമെത്തി. തന്റെ ഭാണ്ഡത്തിൽ പണി തീർന്ന ഉടുപ്പുകളും കൈയിൽ തുന്നിത്തീരാറായ അവസാനത്തെ ഉടുപ്പുമായി അവൾ ചിതയ്ക്കരികിലേക്കു നടന്നു.

അവസാനത്തെ ഉടുപ്പിന്റെ ഒരു കൈ മാത്രമേ വച്ചു പിടിപ്പിക്കാൻ ബാക്കിയുണ്ടായിരുന്നുള്ളൂ. അത് കൂടെ ഒന്ന് ചെയ്തു തീർക്കാനുള്ള സമയം അനുവദിക്കാൻ അവൾ ആംഗ്യ ഭാഷയിൽ രാജകുമാരനോടും മഹാറാണിയോടും ആവശ്യപ്പെട്ടു. പക്ഷേ അവൾ എന്താണ് പറയുന്നതെന്ന് ശ്രദ്ധിക്കുക കൂടി ചെയ്യാതെ ഇസബെല്ലിനെ തീയിലേക്കു വലിച്ചെറിയാൻ റാണി കല്പിച്ചു.

പെട്ടെന്ന് അവിടെ ഒരു ചിറകടി ശബ്ദം മുഴങ്ങി. എവിടെ നിന്നോ പന്ത്രണ്ടു കാട്ടുതാറാവുകൾ പറന്നിറങ്ങി. അവ അവളുടെ ചുറ്റും കൂടി. ഇസബെൽ തന്റെ സഞ്ചിയിൽനിന്നും പണി തീർന്ന കുപ്പായങ്ങൾ ഓരോന്നായി എടുത്തു അവരെ അണിയിക്കാൻ തുടങ്ങി. ഉടുപ്പിടുന്ന താറാവുകൾ സുന്ദരന്മാരും കരുത്തരുമായ പുരുഷന്മാരായി മാറുന്ന അദ്ഭുതകാഴ്ച കണ്ട് എല്ലാവരും അമ്പരന്നു. അവസാനത്തെ കുപ്പായത്തിനു മാത്രം ഒരു കൈ ഇല്ലായിരുന്നു. ഏറ്റവും ഇളയ സഹോദരനാണ് അത് കിട്ടിയത്. മനുഷ്യരൂപത്തിലേക്ക് മാറിയെങ്കിലും അവന്റെ ഒരു കൈക്ക് പകരം താറാവിന്റെ ചിറക് തന്നെ ബാക്കി നിന്നു.

മൂത്ത സഹോദരൻ കാര്യങ്ങൾ എല്ലാം വിശദീകരിച്ചു എന്നിട്ട് ഇസബെല്ലുമായി തങ്ങളുടെ നാട്ടുരാജ്യത്തിലേക്ക് യാത്രയായി. തനിക്കു അവളെ വിവാഹം കഴിക്കണം എന്ന് രാജകുമാരൻ കേണപേക്ഷിച്ചുവെങ്കിലും ഇത്ര ക്രൂരത നിറഞ്ഞ സ്വഭാവമുള്ള മനുഷ്യരുടെ ഇടയിൽ താമസിക്കാൻ തങ്ങളുടെ സഹോദരിയെ അനുവദിക്കില്ല എന്ന് അവർ തീർത്ത് പറഞ്ഞു.

അങ്ങനെ ഇസബെൽ തന്റെ പന്ത്രണ്ടു സഹോദരന്മാരുടെ കൂടെ തന്റെ രാജ്യത്തു തിരിച്ചെത്തി. പുത്രദുഃഖംകൊണ്ട് അവശ യായിരുന്ന ലൂയിസ സന്തോഷം കൊണ്ട് പൊട്ടിക്കരഞ്ഞു പോയി. തന്റെ മക്കളുടെ കൂടെ റാണി ഒരുപാടു വർഷങ്ങൾ സന്തുഷ്ട യായി ജീവിച്ചു.

(ഗ്രിം ബ്രദേഴ്സിന്റെ പന്ത്രണ്ടു സഹോദരന്മാർ എന്ന ജർമൻ നാടോടിക്കഥ) ∎

ജീവജലം

പണ്ട് ഒരു വലിയ പർവ്വതത്തിന്റെ താഴ്വരയിൽ മൂന്ന് സഹോദരന്മാരും ഒരു സഹോദരിയും താമസിച്ചിരുന്നു. മരംകൊണ്ട് പണിത ഒരു ചെറിയ വീട്ടിലായിരുന്നു അവരുടെ താമസം. ധനികരായിരുന്നില്ലെങ്കിലും ആ കൊച്ചുവീട്ടിൽ സന്തോഷവും സ്നേഹവും നിറഞ്ഞിരുന്നു. കുറെനാൾ കഴിഞ്ഞപ്പോൾ വെറുതെ കളിച്ചു ചിരിച്ചു സമയം പാഴാക്കുകയാണോ എന്നൊരു സംശയം മൂത്ത സഹോദരന് തോന്നിത്തുടങ്ങി. ഒരു ദിവസം അയാൾ ഇളയവരെയൊക്കെ വിളിച്ചുകൂട്ടിയിട്ട് പറഞ്ഞു. "ഇനി മുതൽ നമുക്ക് കഠിനാധ്വാനം ചെയ്ത് തുടങ്ങണം. ചിലപ്പോൾ നമ്മൾ പണക്കാരായിത്തീർന്നേക്കാം. അങ്ങനെയാണെങ്കിൽ നമുക്ക് ഒരു വലിയ കൊട്ടാരംതന്നെ പണി കഴിപ്പിക്കാം."

ഇളയവർക്ക് ഈ ആശയം വളരെ ഇഷ്ടമായി. എല്ലാവരും സന്തോഷത്തോടെ പണിയെടുക്കാൻ തുടങ്ങി.

പ്രഭാതത്തിലെ ആദ്യകിരണങ്ങൾ ഭൂമിയിൽ പതിക്കുമ്പോൾ അവർ കൃഷിസ്ഥലത്തെത്തും. ഇരുട്ട് വീഴുംവരെയും തളർന്നു അവശരാകുംവരെയും അവർ പണിയെടുത്തു. സഹോദരന്മാർക്ക് ആവശ്യമുള്ള രുചികരമായ ഭക്ഷണപാനീയങ്ങൾ ഒരുക്കി കൃഷി സ്ഥലത്തെത്തിച്ചും ആയാസം കുറഞ്ഞ പണികൾ ചെയ്തും സഹോദരിയും അവരെ ആകുന്നതുപോലെയൊക്കെ സഹായിച്ചു. ഒടുവിൽ അവരുടെ ഭൂമിയിൽ സ്വർണ്ണം വിളയാൻ തുടങ്ങി. ഇത്രയേറെ വിളവു നൽകുന്ന മറ്റൊരു കൃഷിസ്ഥലവും ആ നാട്ടിലില്ലായിരുന്നു. കിട്ടുന്ന പണമൊന്നും ദുരുപയോഗം ചെയ്യാതെ അവർ കരുതി വെച്ചു. ആവശ്യത്തിനു പണം ശേഖരിച്ചു കഴിഞ്ഞപ്പോൾ സഹോദരന്മാർ കൊട്ടാരത്തിന്റെ പണി തുടങ്ങി.

അതിമനോഹരമായ ഒരു കൊട്ടാരമായിരുന്നു അവർ നിർമ്മിച്ചത്. അതിശയകരമായ കൊത്തുപണികളും ചിത്രപ്പണികളും നിറഞ്ഞ ആ രമ്യഹർമ്മം സന്ദർശിക്കാൻ നാട്ടുകാരൊക്കെയും ഒഴുകിയെത്തി. ആർക്കും ഒരു കുറ്റവും കണ്ടുപിടിക്കാനാവാത്ത വിധം സുന്ദരമായിരുന്നു ആ കൊട്ടാരം.

ഒരു ദിവസം കൊട്ടാരം സന്ദർശിക്കാനെത്തിയവരുടെ കൂട്ടത്തിലുണ്ടായിരുന്ന ഒരു കിഴവി മുറുമുറുക്കുന്നത് മൂത്ത സഹോദരൻ കേട്ടു. "ഇതെന്തൊരു കൊട്ടാരം? ഒരു കൊട്ടാരമായാൽ കൂട്ടത്തിലൊരു പള്ളിയും കൂടെ വേണം."

സഹോദരന്മാർ തമ്മിൽ കൂടിയാലോചിച്ചു ഒരു പള്ളി കൂടി പണിയാം എന്ന ധാരണയിൽ എത്തി. പക്ഷേ അതിനു വേണ്ടി അവർക്ക് വീണ്ടും എല്ല് മുറിയെ പണിയെടുക്കേണ്ടി വന്നു. പണം സ്വരുക്കൂട്ടിക്കഴിഞ്ഞപ്പോൾ അവർ പള്ളിയുടെ പണി തുടങ്ങി. കൊട്ടാരത്തിനെ വെല്ലുന്നതായിരുന്നു പള്ളിയുടെ നിർമ്മിതി. പള്ളിയുടെയും കൊട്ടാരത്തിന്റെയും ചുറ്റിലായി അതിമനോഹരമായ ഒരു പൂന്തോട്ടവും അവർ നിർമ്മിച്ചു.

പണി തീർന്നതും നാട്ടുകാർ പുതിയ നിർമ്മിതി കാണാൻ എത്തിത്തുടങ്ങി. ആർക്കും ഒരു തെറ്റും കണ്ടുപിടിക്കാനായില്ല. ഒരു ദിവസം പള്ളിയുടെ വിശാലമായ അകത്തളത്തിൽ വെട്ടിത്തിളങ്ങുന്ന തൂക്കുവിളക്കുകളുടെ കീഴിൽ നിന്നുകൊണ്ട് സന്ദർശകരുടെ കൂടെയുണ്ടായിരുന്ന ഒരു വൃദ്ധൻ ഉറക്കെപ്പറഞ്ഞു "സംഗതിയൊക്കെ കൊള്ളാം. പക്ഷേ പൂർണ്ണത കൈവരണമെങ്കിൽ ഇനിയും ചില കാര്യങ്ങൾ വേണം."

സഹോദരന്മാരുടെ എല്ലാ സന്തോഷവും പോയി. അവർ വൃദ്ധനെ വിളിച്ചു കാര്യം അന്വേഷിച്ചു. വൃദ്ധൻ തുറന്നടിച്ചു "എല്ലാം അതിസുന്ദരം തന്നെ മക്കളേ. പക്ഷേ ഈ സൗന്ദര്യത്തിനു പൂർണ്ണതയില്ല. അത് കൈവരിക്കാൻ നിങ്ങളെക്കൊണ്ടാവില്ല." സഹോദരന്മാരുടെ മുഖം മങ്ങി. എന്തായാലും തുറന്നു പറയാൻ അവർ വൃദ്ധനെ നിർബന്ധിച്ചു. "ഒരു കുടം ജീവജലം, നിത്യവസന്തവൃക്ഷം, സംസാരിക്കുന്ന പക്ഷി."

അമ്പരന്നു പോയ സഹോദരന്മാർ ഇവയെല്ലാം എവിടെക്കിട്ടുമെന്ന് വൃദ്ധനോടു ചോദിച്ചു.

"അങ്ങ് ദൂരെ നിഴൽപോലെ കാണുന്ന ആ പർവ്വതമില്ലേ? അതിനു മുകളിൽ നിങ്ങൾക്കു കാണാൻ കഴിയും ഈ പറഞ്ഞ വയെല്ലാം."

വൃദ്ധൻ വിനയത്തോടെ വണങ്ങി യാത്ര ചോദിച്ചു. മൂത്ത സഹോദരൻ ബാക്കിയുള്ളവരോട് പറഞ്ഞു. "ജീവജലവും നിത്യ വസന്തവൃക്ഷവും സംസാരിക്കുന്ന പക്ഷിയെയും അന്വേഷിച്ചു ഞാൻ തന്നെ പോകാം."

ഇതുകേട്ട് അവരുടെ കുഞ്ഞുസഹോദരിക്ക് പരിഭ്രമമായി. അവൾ വൃദ്ധന്റെ പിന്നാലെ ഓടി.

"എന്റെ ചേട്ടൻ ആ പർവ്വതത്തിലേക്കു അങ്ങ് പറഞ്ഞവയെ അന്വേഷിച്ചു പോകാൻ തീരുമാനിച്ചു. അദ്ദേഹത്തിനു എന്തെ ങ്കിലും ആപത്തു വന്നാൽ ഞാൻ എങ്ങനെ അറിയും?"

വൃദ്ധൻ വാത്സല്യത്തോടെ പുഞ്ചിരിച്ചു. അദ്ദേഹം തോൾ സഞ്ചിയിൽ നിന്ന് ഒരു ചെറിയ കത്തി പുറത്തെടുത്തു. സൂര്യ പ്രകാശത്തിൽ അത് തീക്ഷ്ണതയോടെ മിന്നി. വൃദ്ധൻ പറഞ്ഞു "മോളെ, നീ ഇത് സൂക്ഷിച്ചു വയ്ക്കണം. ഈ കത്തി ഇങ്ങനെ തിളങ്ങുന്നിടത്തോളം കാലം നീ പേടിക്കണ്ട. പക്ഷേ എന്നാണോ ഈ കത്തിയിൽ ചോരക്കറ കാണുന്നത് അന്ന് നീ മനസ്സി ലാക്കണം, നിന്റെ സഹോദരന് എന്തോ ആപത്തു പിണഞ്ഞു എന്ന്."

കത്തിയുമായി പെൺകുട്ടി തിരിച്ചോടി. തന്റെ സഹോദരന്മാരെ ഒരു കാരണവശാലും അവരുടെ ലക്ഷ്യത്തിൽനിന്ന് പിന്തിരിപ്പി ക്കാനാവില്ലെന്ന് അവൾക്കു അറിയാമായിരുന്നു.

അങ്ങനെ മൂത്ത സഹോദരൻ ഒരു ഭാണ്ഡത്തിൽ ദൂരയാത്ര യ്ക്കു വേണ്ടതെല്ലാം ശേഖരിച്ചു യാത്രയായി. നടന്നുനടന്ന് ഒരു പാടു ദൂരം പിന്നിട്ട് അയാൾ പർവ്വതത്തിനടുത്തെത്തി. ഉയരത്തി ലേക്ക് കയറാൻ തുടങ്ങിയപ്പോൾ അതാ നിൽക്കുന്നു വഴിമുടക്കി ക്കൊണ്ട് ഒരു രാക്ഷസൻ. യുവാവ് ഭയന്നതേയില്ല. ഒരു പുഞ്ചിരി യോടെ അയാൾ രാക്ഷസനോട് ചോദിച്ചു.

"മലമുകളിലെത്താൻ ഇനിയെത്ര ദൂരമുണ്ടാവും?"

കർക്കശസ്വരത്തിൽ രാക്ഷസൻ തിരിച്ചു ചോദിച്ചു

"നീയെന്തിനാ അങ്ങോട്ടു പോകുന്നത്?"

“ഞാൻ ജീവജലവും നിത്യവസന്തവൃക്ഷവും സംസാരിക്കുന്ന പക്ഷിയേയും അന്വേഷിച്ചു പോവുകയാണ്.”

“അത് ശരി. നിന്നെപ്പോലെ പലരും ഇവ അന്വേഷിച്ചു ഈ മലമുകളിലേക്ക് കയറിപ്പോയിട്ടുണ്ട്. അവരാരും തിരിച്ചു വന്നിട്ടില്ല. ഞാൻ പറഞ്ഞുതരുന്ന കാര്യങ്ങൾ അതുപോലെ അനുസരിച്ചില്ലെങ്കിൽ നീയും തിരിച്ചുവരാൻ പോകുന്നില്ല.”

യുവാവിനു ചെറിയ ഭയം തോന്നി. രാക്ഷസന്റെ നിർദ്ദേശങ്ങൾ അപ്പടി അനുസരിച്ചുകൊള്ളാം എന്ന് അവൻ വാക്ക് കൊടുത്തു. രാക്ഷസൻ പറഞ്ഞു.

“മലയുടെ പകുതി വഴി എത്തുമ്പോൾ മനുഷ്യരൂപത്തിലുള്ള കുറെ പാറകൾ ഉണ്ട്. നീ അവയെ നോക്കരുത്. കണ്ണുകൾ പാതയിലുറപ്പിച്ചു നീ നിന്റെ ലക്ഷ്യത്തിലേക്ക് നീങ്ങുക. നിന്റെ പുറകിൽ പല ശബ്ദങ്ങളും കേൾക്കും. പരിഹാസച്ചിരികളും തേങ്ങലുകളും. എന്തു വന്നാലും തിരിഞ്ഞു നോക്കരുത്. നോക്കിയാൽ നീ അവരെപ്പോലെ മറ്റൊരു പാറയായി മാറും. മുകളിലെത്തിക്കഴിഞ്ഞാൽ നിനക്കിഷ്ടമുള്ളതൊക്കെ എടുക്കാം.”

ഉപദേശത്തിനു നന്ദി പറഞ്ഞുകൊണ്ട് യുവാവ് വീണ്ടും നടക്കാൻ തുടങ്ങി. മുകളിലേക്കു കയറുംതോറും പാത കൂടുതൽ കൂടുതൽ ദുർഘടമായിത്തുടങ്ങി. പകുതിയോളം കയറിക്കാണും. പുറകിൽ നിന്നൊരു ചുമ കേട്ടു. യുവാവ് നടുങ്ങിപ്പോയി. തിരിഞ്ഞു നോക്കാൻ തോന്നിയെങ്കിലും അയാൾ രാക്ഷസന്റെ ഉപദേശമോർത്ത് പാതയിൽത്തന്നെ മിഴിയുറപ്പിച്ചുമുന്നോട്ടു നടന്നു. പുറകിൽനിന്ന് പൊട്ടിച്ചിരികളും കൂവലുകളുമടക്കം പലതരം ശബ്ദങ്ങൾ കേൾക്കാൻ തുടങ്ങി. എല്ലാ വശങ്ങളിൽനിന്നും ശബ്ദങ്ങളുയർന്നു. ശബ്ദങ്ങളുടെ ഒച്ച കൂടിക്കൂടി വന്നു. പർവ്വതശിഖരങ്ങളിൽ തട്ടി അവ പ്രതിധ്വനിച്ചു. ഒടുവിൽ യുവാവ് നിന്നു. കോലാഹലം സഹിക്കാനാവാതെ അയാൾ കുനിഞ്ഞു ഒരു കല്ലെടുത്തു. ഈ ബഹളത്തിലേക്ക് ആഞ്ഞെറിയാൻ കയ്യുയർത്തിയതും ഒരു മരവിപ്പ് അയാൾക്ക് അനുഭവപ്പെട്ടു. അടുത്ത നിമിഷം അയാൾ ഒരു പാറയായി മാറി!

എല്ലാ ദിവസവും അയാളുടെ കുഞ്ഞനിയത്തി അലമാരയിൽ സൂക്ഷിച്ചുവച്ചിരിക്കുന്ന കത്തി പലതവണ പരിശോധിക്കുമായിരുന്നു. അന്ന് പതിവുപോലെ പരിശോധനയ്ക്കായി കത്തി

പുറത്തെടുത്തപ്പോൾ അവൾ നടുങ്ങിപ്പോയി. മിന്നിത്തിളങ്ങിയിരുന്ന ആ കത്തിക്ക് ഇപ്പോൾ ചോരയുടെ നിറം! അവൾ വാവിട്ടു കരഞ്ഞുപോയി. നിലവിളി കേട്ടു സഹോദരന്മാർ ഓടിയെത്തി. കാര്യമറിഞ്ഞപ്പോൾ രണ്ടാമത്തെ സഹോദരൻ പറഞ്ഞു.

"നീ വിഷമിക്കണ്ട. ഞാൻ ചേട്ടനെ അന്വേഷിച്ചു പോകാം. മാത്രമല്ല ചേട്ടൻ അന്വേഷിച്ചു പോയ സാധനങ്ങളും ഞാൻ കൊണ്ടുവരും."

തന്റെ സഹോദന്മാരെ പിന്തിരിപ്പിക്കുക അസാധ്യമാണെന്ന് അവൾക്കു അറിയാമായിരുന്നു. നിറഞ്ഞ കണ്ണുകളോടെ അവൾ ഭാണ്ഡമൊരുക്കിക്കൊടുത്തു.

നടന്നുനടന്ന് രണ്ടാമൻ പർവതത്തിനടുത്തെത്തി. രാക്ഷസനെക്കണ്ട് അയാൾ ചോദിച്ചു.

"നിങ്ങൾ എന്റെ ചേട്ടനെ കണ്ടോ? അദ്ദേഹം ജീവജലവും നിത്യവസന്തവൃക്ഷവും സംസാരിക്കുന്ന പക്ഷിയേയും അന്വേഷിച്ചു വന്നതാണ്."

രാക്ഷസനു ആളെ മനസ്സിലായി

"ഞാൻ നിന്റെ ചേട്ടനെ കണ്ടിരുന്നു. പക്ഷേ തിരിച്ചു വരുന്നതു കണ്ടില്ല. മലമുകളിലെ ശാപം അവനുമേറ്റിരിക്കും."

യുവാവ് നടുങ്ങിപ്പോയി. രാക്ഷസൻ കാര്യങ്ങൾ അയാൾക്ക് വിശദീകരിച്ചു കൊടുത്തു. എല്ലാമറിഞ്ഞിട്ടും യുവാവ് പിന്മാറാൻ തയ്യാറായില്ല.

"ഞാൻ എന്റെ ചേട്ടനെയും അദ്ദേഹം അന്വേഷിച്ചു പോയ വസ്തുക്കളെയും കൊണ്ടേ തിരിച്ചു വരൂ."

ഒരു കാരണവശാലും തിരിഞ്ഞുനോക്കരുത് എന്ന് വീണ്ടും വീണ്ടും ഓർമ്മിപ്പിച്ചുകൊണ്ട് രാക്ഷസൻ അയാളെ യാത്രയാക്കി.

കുറെ കയറിക്കഴിഞ്ഞപ്പോൾ ചുറ്റുപാടും ശബ്ദങ്ങളുയരാൻ തുടങ്ങി. വിങ്ങിക്കരച്ചിലും ചിരികളും അയാളുടെ ചുറ്റും മുഴങ്ങിക്കേട്ടു. പെട്ടെന്ന് യുവാവ് നിന്നു. "ആ തേങ്ങൽ എന്റെ ചേട്ടന്റെ ശബ്ദമല്ലേ?" അയാൾ തിരിഞ്ഞു നോക്കി. ആ നിമിഷം അയാളും മറ്റൊരു പാറയായി മാറി.

ഈ സമയത്ത് വീട്ടിൽ അവരുടെ ഇളയ സഹോദരനും കുഞ്ഞ നിയത്തിയും എന്തെന്നില്ലാത്ത വേവലാതിയിൽ ഉഴലുകയായി രുന്നു. അല്പം സമയം കിട്ടിയാൽ അനിയത്തി അലമാരയ്ക്കടു ത്തേക്ക് ഓടും. കത്തിയുടെ തിളക്കം കാണുംതോറും അവൾ സന്തോഷിച്ചു. ഒരു ദിവസം പതിവുപോലെ അലമാര തുറന്ന അവൾ കണ്ടത് ചോരയിൽ മുങ്ങിയിരിക്കുന്ന കത്തിയാണ്. അ നിയത്തിയുടെ നിലവിളി കേട്ടു ഓടിവന്ന സഹോദരൻ കാര്യം മനസ്സിലായപ്പോൾ അവളെ ആശ്വസിപ്പിച്ചു.

"നീ വിഷമിക്കണ്ട. ഞാൻ പോവുകയാണ്. അവരെയും അന്വേഷിച്ചുപോയ വസ്തുക്കളെയുംകൊണ്ട് ഞാൻ തിരിച്ചു വരും."

നിശ്ശബ്ദയായി അവൾ ചേട്ടന്റെ യാത്രയ്ക്കുള്ള ഒരുക്കങ്ങൾ ചെയ്തു. അനിയത്തിയെ ആശ്വസിപ്പിച്ചിട്ടു അയാൾ യാത്ര പുറ പ്പെട്ടു. ഒരുപാടു ദൂരം നടന്നു പർവ്വതത്തിനടുത്തെത്തിയപ്പോൾ അയാളും രാക്ഷസനെ കണ്ടു. ധൈര്യം സംഭരിച്ചു അയാൾ രാക്ഷ സനോട് ചോദിച്ചു. "എന്റെ രണ്ടു ചേട്ടന്മാർ ഈ പർവ്വതത്തിൽ കയറാനായി വന്നിരുന്നു. അങ്ങ് അവരെ കണ്ടോ?"

സഹതാപത്തോടെ രാക്ഷസൻ മറുപടി പറഞ്ഞു.

"ഞാൻ അവരെ കണ്ടിരുന്നു. രണ്ടു പേരും തിരിച്ചു വന്നില്ല. അവർക്ക് ശാപമേറ്റു എന്നാണ് തോന്നുന്നത്."

സങ്കടത്തോടെ യുവാവ് പറഞ്ഞു.

"എനിക്ക് അവരെ തിരിച്ചു വേണം. അവർ തേടി വന്ന വസ്തു ക്കളും വേണം."

മൂത്തവർക്ക് കൊടുത്ത അതേ ഉപദേശങ്ങൾ തന്നെ രാക്ഷ സൻ അനിയനും കൊടുത്തു. "മലമുകളിലേക്കുള്ള വഴിനിറച്ചു പാറകളാണ്. പാദങ്ങൾ തറയിലുറപ്പിക്കാനാവാത്തവിധം തിങ്ങി നിറഞ്ഞു നിൽക്കുകയാണവ. ഒരു കാരണവശാലും നീ പാത യിൽ നിന്ന് കണ്ണുകളുയർത്തരുത്."

ഇടതും വലതും നോക്കാതെ യുവാവ് നടക്കാൻ തുടങ്ങി. കുറെ മുകളിലെത്തിയപ്പോൾ ചുറ്റും അടക്കിപ്പിടിച്ച ചിരികളും തേങ്ങലുകളുമുയർന്നു. ഒന്നും ശ്രദ്ധിക്കാതെ യുവാവ് മുന്നോട്ടു നടന്നു. ചുറ്റുമുയർന്ന അലർച്ചകളും കരച്ചിലുകളുമൊന്നും

37

അവനെ ബാധിച്ചതേയില്ല. പെട്ടെന്ന് തൊട്ടു പുറകിലായി തന്റെ ചേട്ടന്മാരുടെ ശബ്ദം കേട്ടതുപോലെ അയാൾക്കു തോന്നി. ഒരു നടുങ്ങലോടെ അവൻ തിരിഞ്ഞു നോക്കി. ചുറ്റുമുയർന്നു നിൽക്കുന്ന പാറകൾ മാത്രം. അടുത്ത നിമിഷം അയാളും അവയിലൊന്നായി മാറി.

വീട്ടിൽ കരഞ്ഞു തളർന്നു കാത്തിരിക്കുകയാണ് കുഞ്ഞനിയത്തി. ഒരു നിമിഷംപോലും അവൾ ആ കത്തി കൺമുൻപിൽ നിന്നും മാറ്റിയില്ല. ഓരോ ദിവസം കഴിയുംതോറും അവൾക്കു ചെറിയ പ്രതീക്ഷ തോന്നിത്തുടങ്ങി. ഒരു ദിവസം വീട്ടു ജോലിയെല്ലാം കഴിഞ്ഞു കത്തിയും കൈകളിൽ വച്ചു കൊണ്ട് ചിന്തകളിൽ മുഴുകിയിരിക്കുകയായിരുന്നു പെൺകുട്ടി. പെട്ടെന്ന് അവളുടെ കൺമുൻപിൽ വച്ചു കത്തിയുടെ മിന്നൽത്തിളക്കം ചോരയുടെ കടും ചുവപ്പ് കൊണ്ട് മറഞ്ഞു. കാര്യം മനസ്സിലായപ്പോൾ കുഞ്ഞനിയത്തി സങ്കടപ്പെടാനൊന്നും നിന്നില്ല. ഭാണ്ഡം മുറുക്കി വീടും അടച്ചു പൂട്ടി ചേട്ടന്മാർ പോയ വഴിയിലൂടെ നടന്നു തുടങ്ങി. നടന്നു നടന്ന് പർവ്വതത്തിനടുത്തെത്തിയപ്പോഴേക്കും അവളുടെ കാലുകൾ കുഴഞ്ഞിരുന്നു. ക്ഷീണമകറ്റാൻ ഒരു മരത്തണലിൽ ഇരുന്ന് അവൾ ഭക്ഷണം കഴിക്കാൻ തുടങ്ങി. അപ്പോഴതാ മുന്നിൽ ഒരു ഭീകര രൂപം. പെൺകുട്ടി ഞെട്ടിയെഴുന്നേറ്റു.

"നീ എന്താ കഴിക്കുന്നത്? എനിക്കും അല്പം തരൂ."

വിറച്ചുകൊണ്ട് പെൺകുട്ടി ബാക്കിയായ ഭക്ഷണം രാക്ഷസനു കൊടുത്തു. രുചിയോടെ കഴിച്ചുകൊണ്ട് രാക്ഷസൻ അവളോട് ദയയോടെ ചോദിച്ചു.

"നീ ആ മൂന്നു ചെറുപ്പക്കാരെ അന്വേഷിച്ചു വന്നതാണോ?"

അതെ എന്ന് അവൾ തലയാട്ടി

രാക്ഷസൻ നടന്നതെല്ലാം വിശദീകരിച്ചു. മുകളിലേക്ക് പോകുന്നതിന്റെ ആപത്തു അവളെ മനസ്സിലാക്കിക്കാൻ ശ്രമിച്ചു. ഒന്നിനും അവളെ തടയാൻ കഴിയില്ല എന്ന് ബോദ്ധ്യമായപ്പോൾ എങ്ങനെ മുന്നോട്ടു പോകണം എന്ന് അവളെ പറഞ്ഞു മനസ്സിലാക്കി.

"എന്തു തന്നെ കേട്ടാലും നീ തിരിഞ്ഞു നോക്കരുത്. നോക്കിയാൽ നിനക്ക് നിന്റെ സഹോദരന്മാരുടെ ഗതി തന്നെ വരും.

തിരിഞ്ഞു നോക്കാതെ മുകളിലെത്താൻ കഴിഞ്ഞാൽ നീ രക്ഷപ്പെട്ടു. നിനക്ക് നിന്റെ ചേട്ടന്മാരെയും അവർ തേടി വന്ന വസ്തുക്കളെയും കിട്ടും. തിരിഞ്ഞു നോക്കിയാൽ തീർന്നു."

രാക്ഷസനു നന്ദി പറഞ്ഞ് അവൾ മല കയറാൻ തുടങ്ങി. കുത്തനെയുള്ള കയറ്റവും ദുർഘടമായ പാതയും അവളെ ഏറെ തളർത്തി. എന്നാലും പിന്നോട്ടു പോകാൻ അവൾ തയ്യാറായിരുന്നില്ല. ഇഴഞ്ഞു വലിഞ്ഞ് അവൾ മുകളിലേക്കുള്ള യാത്ര തുടർന്നു. പകുതിയെത്തിയപ്പോഴേക്കും ചുറ്റുപാടും ശബ്ദങ്ങൾ കേട്ടു തുടങ്ങി. കണ്ണുകൾ തറയിൽ ഉറപ്പിച്ചു കാതുകൾ കൊട്ടിയടച്ചു പെൺകുട്ടി മുന്നോട്ടു പോയി. പെട്ടെന്നാണ് അവളുടെ ചേട്ടന്മാരുടെ ശബ്ദത്തിലുള്ള ദീനരോദനങ്ങൾ കേൾക്കാൻ തുടങ്ങിയത്. തിരിഞ്ഞു നോക്കാനുള്ള പ്രേരണ ഉള്ളിലടക്കിപ്പിടിച്ചു കൊണ്ട് അവൾ മുന്നോട്ടു തന്നെ പോയി. ഒടുവിൽ ദുർഘടമായ പാത മെത്തപോലെ മൃദുലമായ പുൽത്തകിടിയിൽ ചെന്നവസാനിച്ചതായി അവൾ കണ്ടു. ചുറ്റും കുളിർകാറ്റ്. പൂക്കളുടെ സുഗന്ധം. പക്ഷികളുടെ പാട്ട്. താൻ മുകളിലെത്തിയതായി അവൾ മനസ്സിലാക്കി.

ചുറ്റും നോക്കിയപ്പോൾ അതാ ഒരു കുളം. നിറയെ തെളിഞ്ഞ വെള്ളം. മതിവരുവോളം അവൾ കോരിക്കുടിച്ചു. എല്ലാ തളർച്ചയും ഒരു നിമിഷംകൊണ്ട് മാറിയതു പോലെ. ചുറ്റും നോക്കിയപ്പോൾ അതാ നിൽക്കുന്നു പൂത്തുലഞ്ഞ ഒരു മരം. ഇതുവരെ കണ്ടിട്ടില്ലാത്ത അപൂർവ്വസുന്ദരമായ പൂക്കൾ. ഒരു ഉണങ്ങിയ കൊമ്പോ ഇലയോ അതിനടുത്തെങ്ങുമില്ല. ഇത് തന്നെ നിത്യവസന്തവൃക്ഷം. അതിന്റെ ഒരു കൊമ്പിൽ അതിസുന്ദരമായ ഒരു ഗാനമാലപിച്ചുകൊണ്ട് ഒരു പക്ഷിയുണ്ടായിരുന്നു. അവൾ ചെന്ന് കൈ നീട്ടാത്ത താമസം, പക്ഷി പറന്നു വന്നു അവളുടെ ചുമലിലിരുന്നു. മരത്തിന്റെ ഒരു കൊമ്പും ഒടിച്ചെടുത്ത ശേഷം കരുതിക്കൊണ്ട് വന്ന പാത്രം നിറയെ ജീവജലവും നിറച്ചു അവൾ യാത്രയായി.

താഴേക്കിറങ്ങി വരുന്ന വഴിയിൽ വച്ചു തലയിലിരിക്കുന്ന ജീവജലത്തിന്റെ പാത്രം ഒന്ന് തുളുമ്പി. ചുറ്റുപാടുമുള്ള പാറകളിൽ അത് തെറിച്ചു വീണു. പെട്ടെന്ന് ആ പാറകൾ മനുഷ്യരായി മാറുന്നത് കണ്ടു അവൾ അമ്പരന്നു. കൈയിലിരുന്ന പാത്രത്തിൽ

നിന്നും സൂക്ഷ്മതയോടെ അല്പം വെള്ളം കൈയിലെടുത്ത് അവൾ പാറകളിൽ കുടയാൻ തുടങ്ങി. എന്തദ്ഭുതം! അവയെല്ലാം മനുഷ്യരായി മാറി. അവർക്കിടയിൽ അവൾ സഹോദരന്മാരെയും കണ്ടു. സന്തോഷത്തോടെ ഓടി വന്നു അവർ അവളെ പൊക്കിയെടുത്തു. എല്ലാവരും കൂടി സന്തോഷത്തോടെ മലയിറങ്ങി. വീട്ടിലെത്തിയതും ഒരു നിമിഷംപോലും കളയാതെ അവൾ കൈയിലിരുന്ന വൃക്ഷം നട്ടു. എന്നിട്ട് അല്പം ജീവജലം അതിന്റെ ചുവട്ടിലൊഴിച്ചു. എന്തദ്ഭുതം! നിമിഷങ്ങൾക്കുള്ളിൽ ആ ചെറിയ മരക്കൊമ്പ് വളർന്നു വലുതായി പൂക്കൾ കൊണ്ട് നിറഞ്ഞു. പക്ഷി അതിന്റെ കൊമ്പിലിരുന്നു ഗാനമാലപിക്കാൻ തുടങ്ങി.

(എൽഅഗ്വാ ദ വിദ എന്ന കറ്റലൻ കഥ)

∎

നിധിദ്വീപ്

റിയു ദ ഓർ എന്ന നദിക്കരയിലെ ഒരു ചെറിയ പട്ടണമായിരുന്നു സാന്റ് പെദോർ. ഒരു ചെറിയ തുറമുഖനഗരത്തിന്റെ എല്ലാ ലക്ഷണങ്ങളും അതിനുണ്ടായിരുന്നു. നാറുന്ന മത്സ്യച്ചന്തകളും നിറപ്പകിട്ടുള്ള ബലൂണുകളും പട്ടങ്ങളും വിൽക്കുന്ന വഴി വാണിഭക്കാരും ചുവന്ന മുഖമുള്ള നാവികരും കച്ചവടക്കാരും എല്ലാം ചേർന്ന് അതിനു ഒരു ഉത്സവച്ഛായ നൽകി.

വൈകുന്നേരങ്ങളിൽ നാടൻമദ്യവും വൈനും വിൽക്കുന്ന കടകളിൽ വിറകടുപ്പുകളുടെ അടുത്തിരുന്നു ചൂട് കായുന്ന നാവികരുടെ കഥകൾ കേൾക്കാൻ നാട്ടിലെ ചെറുപ്പക്കാർ ഒത്തു കൂടാറുണ്ടായിരുന്നു. പതിവുപോലെ വെടിപറയാനും അല്പം ലഹരിയുള്ള ചുവന്ന വൈൻ അകത്താക്കാനുമാണ് സീപ്രിയാനോയും സംഘവും ജോർദിയുടെ കടയിലെത്തിയത്. ചുറ്റും നടക്കുന്ന സംഭാഷണങ്ങൾ കേട്ടു രസിച്ചിരുന്ന അവർ ഒരു മൂലയ്ക്കിരുന്നു കുപ്പികൾ നിറയെ മധുരമുള്ള വീഞ്ഞും പൊരിച്ച കോഴിയും ശാപ്പിട്ടുകൊണ്ടിരുന്ന ഒരാളെ പ്രത്യേകം ശ്രദ്ധിച്ചു.

ചെമ്പൻ മുടിയും കടലിന്റെ ഗന്ധവുമുണ്ടായിരുന്നു അയാൾക്ക്. വെയിലേറ്റു ചുവന്ന മുഖവും നീണ്ടുയർന്ന ശരീരവുമുള്ള ആജാനുബാഹുവായ ഒരു മനുഷ്യൻ. തന്റെ തടിച്ച വിരലുകൾ കൊണ്ട് വൈൻ ഗ്ലാസ്സിൽ താളം പിടിച്ചുകൊണ്ട് അയാൾ പറയുന്ന കഥ കേട്ട് അവർ അയാൾക്ക് ചുറ്റും കൂടി.

മെഡിറ്ററേനിയൻ കടലിന്റെ നടുക്കുള്ള ഒരു ചെറിയ ദ്വീപിനെ പ്പറ്റിയായിരുന്നു അയാൾ പറഞ്ഞത്. ആ ദ്വീപു നിറയെ സ്വർണ്ണ മാണ്. ചെറിയ ചെറിയ സ്വർണ്ണക്കല്ലുകൾ തറയിൽ നിറയെ ചിതറി

ക്കിടക്കുന്നു. ദൂരെ നിന്ന് നോക്കിയാൽ സ്വർണ്ണം കൊണ്ടുണ്ടാക്കിയ ഒരു ദ്വീപ് ആണെന്നേ തോന്നുകയുള്ളൂ.

ഒരേയൊരു കുഴപ്പമേയുള്ളൂ. ശാപം കിട്ടിയ ദ്വീപാണ് അത്. അവിടെയെത്തിപ്പെടാൻ ശ്രമിച്ചവരൊക്കെ മരണമടയുകയായിരുന്നു. പല നാടുകളിൽ നിന്നുള്ള ഭാഗ്യാന്വേഷികൾ പല തരത്തിൽ ദ്വീപിനെ സമീപിക്കാൻ ശ്രമിച്ചു. ആർക്കും വിജയിക്കാൻ കഴിഞ്ഞില്ല. സ്വർണ്ണത്തിനോടുള്ള ആർത്തി മൂലം പരാജയങ്ങളെ വകവയ്ക്കാതെ വീണ്ടും വീണ്ടും സംഘങ്ങൾ ലോകത്തിന്റെ പല മുക്കിലും മൂലയിലും നിന്ന് വന്നെത്തിക്കൊണ്ടേയിരിക്കുന്നു.

ഈ വിവരണം കേട്ടു സീപ്രിയാനോയും കൂട്ടുകാരും മുഖത്തോടു മുഖം നോക്കി. ജോലിയൊന്നുമില്ലാതെ നാടിനും വീടിനും ശല്യമായി കറങ്ങി നടന്നിരുന്ന അവർക്ക് വലിയ അദ്ധ്വാനമില്ലാതെ പണക്കാരാകാനുള്ള ഒരു വഴി തെളിഞ്ഞു കിട്ടിയതായിട്ടാണ് തോന്നിയത്.

ധൈര്യം സംഭരിച്ചു അവർ ആ നാവികനോട് ആ ദ്വീപിന്റെ വിവരങ്ങൾ അന്വേഷിച്ചു. ഒരു പരിഹാസച്ചിരിയോടെ അവരെ ആദ്യം അയാൾ അവഗണിച്ചു. നിരന്തരമായ അപേക്ഷയുടെ ഫലമായിട്ടും ആ ചെറുപ്പക്കാരുടെ ആവേശം കണ്ടിട്ടും മദ്യശാല വിട്ടുപോകുന്നതിനു മുൻപായി അയാൾ ആ ദ്വീപിലെത്താൻ സഹായിക്കുന്ന ഒരു മാപ്പ് വരച്ചു കൊടുത്തു.

അടുത്ത ദിവസം രാവിലെ തന്നെ സീപ്രിയാനോയും സംഘവും പഴയ മരപ്പണിക്കാരനായ ജോർഡി കാസസിന്റെ വീട്ടിലെത്തി. കിളവൻ കൈവയ്ക്കാത്ത കപ്പലുകളൊന്നും റിയു ദ ഓറിലൂടെ യാത്ര ചെയ്യുന്നില്ല എന്ന് അവർക്ക് അറിയാം. പണിയൊക്കെ നിർത്തി കാസസ് കൊച്ചു മക്കളെയും കളിപ്പിച്ചു വീട്ടിലിരുപ്പാണ്. പണി പഠിപ്പിച്ചു കൈ തെളിയിച്ചു വിട്ട മക്കൾ നല്ല ഒന്നാന്തരം ഒരു പണിശാല തുടങ്ങി. ചെറിയ ഉരുക്കൾ ഒക്കെ അവർ ഇപ്പോൾ ആവശ്യമനുസരിച്ച് നിർമ്മിച്ചുനൽകുന്നുണ്ട്. പിന്നെ തുറമുഖത്ത് അടുക്കുന്ന കപ്പലുകളുടെ അറ്റകുറ്റപ്പണികൾ വേറെയും.

പണിയൊന്നുമില്ലാതെ അലഞ്ഞുതിരിഞ്ഞുനടക്കുന്ന സീപ്രിയാനോയെയും കൂട്ടരെയും കാണുന്നത് തന്നെ കാസസിന്റെ

മക്കൾക്ക് ഇഷ്ടമല്ല. അതുകൊണ്ട് വീടിനടുത്ത് ചുറ്റിപ്പറ്റി നിന്ന് അവരൊക്കെ പണിശാലയിലേക്ക് പോയി എന്നുറപ്പ് വരുത്തിയ ശേഷമാണു സീപ്രിയാനോ വീട്ടിലേക്കു കയറിച്ചെന്നത്.

കാര്യമൊക്കെ പറഞ്ഞപ്പോൾ കിളവൻ സഹായിക്കാൻ തയ്യാറായി. മക്കളുടെ മുന്നിൽ കൈ നീട്ടാതെ അഞ്ചാറു പെസെറ്റ കൈയിൽ വരുന്ന കാര്യമാണ്. പക്ഷേ ഒരു പുതിയ ഉരു നിർമ്മിച്ചെടുക്കുന്ന കാര്യം അസാധ്യമാണ്. പിള്ളേരുടെ കൈയിൽ അതിനുള്ള വകുപ്പൊന്നും ഇല്ലെന്നു കാസസിനറിയാം.

തല പുകഞ്ഞാലോചിച്ചപ്പോൾ സീപ്രിയാനോയ്ക്ക് ഒരു ബുദ്ധി തോന്നി. കൂട്ടത്തിലുള്ള ദാവീദിന്റെ അച്ഛനു ഒരു പഴയ ഉരു ഉണ്ട്. പണ്ട് മത്സ്യബന്ധനത്തിന് ഉപയോഗിച്ചിരുന്നതാണ്. ഇപ്പോൾ കാലപ്പഴക്കംകൊണ്ട് പഴയതുപോലെ വരുമാനമൊന്നും അതിൽ നിന്ന് കിട്ടാനില്ല. എപ്പൊഴും അറ്റകുറ്റപ്പണി തന്നെ. കഴിഞ്ഞ തവണ കണ്ടപ്പോ അതൊന്നു വാങ്ങാൻ ആരെയെങ്കിലും കിട്ടുമോ എന്ന് സീപ്രിയാനോയോട് അയാൾ ചോദിച്ചതാണ്.

കാസസിനോട് വിവരം പറഞ്ഞപ്പോൾ അയാൾക്ക് സമ്മതം. അയാൾ നിർമ്മിച്ച ഉരുവാണത്. എത്ര പഴയതാണെങ്കിലും അതിനെ പുതുക്കിയെടുക്കാൻ അയാൾക്കറിയാം.

അങ്ങനെ എല്ലാവരും കൂടി ദാവീദിന്റെ അച്ഛന്റെ കാലു പിടിച്ചു. അത് വെറുതെ നശിച്ചുപോകുന്നതിനേക്കാൾ നല്ലതല്ലേ എന്നോർത്തിട്ടാവാം അയാൾ അവസാനം സമ്മതം മൂളി.

അങ്ങനെ ആഘോഷപൂർവ്വം അറ്റകുറ്റപ്പണികൾ തുടങ്ങി. കാസസിന്റെ നേതൃത്വത്തിൽ സീപ്രിയാനോയും കൂട്ടരും ഉരുവിനെ മിനുക്കിയെടുത്തു. ഒരു ദിവസം ആഘോഷപൂർവ്വം അവർ യാത്രയായി.

ആകെ കൈയിലുള്ളത് ആ നാവികൻ വരച്ചു കൊടുത്ത മാപ്പാണ്. വഴിതെറ്റി കറങ്ങിത്തിരിഞ്ഞു ലക്ഷ്യസ്ഥാനത്തെത്താൻ അവർ ഏകദേശം മൂന്നു മാസത്തോളമെടുത്തു. നരകതുല്യമായ യാത്രയായിരുന്നു അത്. രോഗങ്ങളും വിശപ്പും മൂലം സീപ്രിയാനോയുടെ സംഘത്തിലെ ഒട്ടു മുക്കാലാളുകളും മരണമടഞ്ഞു. ശേഷിച്ചവർ മരണഭയത്താൽ എങ്ങനെയെങ്കിലും തിരിച്ചു

പോയാൽ മതിയെന്ന അവസ്ഥയിലായി. ഭക്ഷണക്ഷാമവും കടൽ ച്ചൊരുക്കും കൂട്ടുകാരുടെ മരണം മൂലമുണ്ടായ വിഷാദവും സീപ്രി യാനോയെയും തളർത്തി എങ്കിലും എങ്ങനെയും ലക്ഷ്യം കാണണം എന്ന വാശി മൂലം അയാൾ മുന്നോട്ടു തന്നെ പോയി.

കൂട്ടുകാർക്കൊക്കെ തിരിച്ചുപോയാൽ മതിയെന്നായി. ഭക്ഷണ ത്തിന്റെ പൊട്ടോ പൊടിയോ കൂടകളിൽ അവശേഷിച്ചിരുന്നില്ല. ശുദ്ധജലം സൂക്ഷിച്ചിരുന്ന വീപ്പകളൊക്കെ ഒഴിഞ്ഞു. ചൂണ്ടകളിൽ കുരുങ്ങുന്ന മീനും ഇടയ്ക്ക് മഴ പെയ്തപ്പോൾ ശേഖരിച്ച വച്ച അല്പം വെള്ളവും മാത്രമായി ആശ്രയം.

ലക്ഷ്യം അടുത്തു എന്ന് സീപ്രിയാനോയ്ക്ക് ഉറപ്പായിരുന്നു. പക്ഷേ പ്രതീക്ഷ നഷ്ടപ്പെട്ട അയാളുടെ സുഹൃത്തുക്കൾക്ക് എങ്ങനെയെങ്കിലും ജീവനുംകൊണ്ട് തിരിച്ചുപോയാൽ മതി എന്നായി. തിരിച്ചുപോകാൻ ഒരിക്കലും സീപ്രിയാനോ സമ്മതി ക്കില്ല എന്നറിയാമായിരുന്ന അവർ ഒരു ദിവസം അയാളെ കടലി ലേക്കു തള്ളിയിട്ടു.

കൈകാലുകൾ കുഴയുന്നത് വരെ സീപ്രിയാനോ നീന്തി. ഒരു തടിക്കഷണമോ മറ്റോ കിട്ടിയാൽ പിടിച്ചു കിടക്കാം എന്നായി രുന്നു അയാളുടെ പ്രതീക്ഷ. പക്ഷേ ഒന്നും കണ്ടില്ല. കൈകാലു കൾ തണുത്തു മരവിച്ചു തുടങ്ങി. ഒരിക്കലും കൈവിടാതെ അയാളെ മുന്നോട്ടു നയിച്ചിരുന്ന പ്രതീക്ഷ മങ്ങിത്തുടങ്ങി. നിരാ ശയും ദുഃഖവും താങ്ങാനാവാതെ അയാൾ സർവ്വശക്തിയു മെടുത്ത് അലറി.

പെട്ടെന്ന് സീപ്രിയാനോയെ ആരോ ഒരു കുഞ്ഞിനെയെന്ന പോലെ താങ്ങിയെടുത്തു. കൈകാലുകൾ തളർന്ന അയാൾ അവശനായി അനങ്ങാതെ കിടന്നുപോയി. അല്പനേരം കഴിഞ്ഞു പരിസരബോധം ഉണ്ടായപ്പോഴാണ് താൻ ഒരു വലിയ മീനിന്റെ പുറത്താണ് കിടക്കുന്നതെന്ന് അയാൾക്ക് മനസ്സിലായത്. ഞെട്ടി പ്പിടഞ്ഞ അയാൾ വെള്ളത്തിലേക്കു തന്നെ വീണു.

ഉണ്ടക്കണ്ണുകളുരുട്ടി മത്സ്യം പറഞ്ഞു.

“മര്യാദയ്ക്ക് എന്റെ പുറത്തു കയറി ഇരുന്നോ. അല്ലെങ്കിൽ നീ ചത്തു പോവുകയേ ഉള്ളൂ.”

സീപ്രിയാനോ അമ്പരന്നു. സംസാരിക്കുന്ന മത്സ്യം!

അയാൾ ചോദിച്ചു
"എന്നെ കരയ്ക്ക് എത്തിക്കാമോ?"
"എത്തിക്കാമല്ലോ."
മത്സ്യം പറഞ്ഞു.
"വളരെ നന്ദി! നീ ഇപ്പോൾ വന്നില്ലായിരുന്നെങ്കിൽ ഞാൻ മരിച്ചുപോയേനെ."
സീപ്രിയാനോ കണ്ണുനീരോടെ പറഞ്ഞു.
"നന്ദി ഒക്കെ നിന്റെ കൈയിലിരിക്കട്ടെ! നിനക്ക് കരയിലേക്കു പോകണമെങ്കിൽ ഞാൻ നിന്നെകൊണ്ട് വിടാം അതല്ല സ്വർണ്ണ ദ്വീപിൽ പോകണമെങ്കിൽ എനിക്ക് പ്രതിഫലം തരണം."
"ഈശ്വരാ, മത്സ്യങ്ങളും കൂലി ചോദിച്ചു തുടങ്ങിയോ?"
സീപ്രിയാനോ ആത്മഗതം ചെയ്തു.
"സ്വർണ്ണ ദ്വീപിൽ പോകണമെങ്കിൽ മതി" മത്സ്യം പറഞ്ഞു.
"നിനക്ക് കാണാൻ വയ്യേ? ഈ കീറിപ്പറിഞ്ഞ ഉടുപ്പല്ലാതെ മറ്റൊന്നും എന്റെ കൈയിലില്ല. അത് വേണമെങ്കിൽനീ എടുത്തോ!"
സീപ്രിയാനോ അല്പം ദേഷ്യത്തോടെ പറഞ്ഞു.
സ്വർണ്ണനിറമുള്ള വാലും ചിറകുകളുമിളക്കി മത്സ്യം പൊട്ടിച്ചിരിച്ചു.
"എനിക്ക് നിന്റെ ഹൃദയം വേണം."
കടുംനീലക്കണ്ണുകളിൽ തിളക്കവുമായി അത് പറഞ്ഞു.
"എല്ലാം വേണ്ട... പകുതി നീ തന്നെ വച്ചോ."
താൻ ഒരു വലിയ ഔദാര്യം കാട്ടിയപോലെ മത്സ്യം പുഞ്ചിരിച്ചു.
സീപ്രിയാനോ അമ്പരന്നു പോയി.
"നീ വിഷമിക്കണ്ട. നിനക്ക് ഒട്ടും വേദനിക്കാതെ ഞാനത് എടുത്തുകൊള്ളാം."
പരിഭ്രമത്തോടെ സീപ്രിയാനോ സമ്മതിച്ചു.
ഒട്ടും നേരം കളയാതെ മത്സ്യം സീപ്രിയാനോയുടെ ഹൃദയത്തിന്റെ പകുതി കടിച്ചു പുറത്തെടുത്തു. അദ്ഭുതമെന്നു

പറയട്ടെ അയാൾക്ക് ഒട്ടും വേദനിച്ചതേയില്ല. ഒരു തുള്ളി രക്തം പോലും പൊടിഞ്ഞതുമില്ല. ഒരു മുറിപ്പാടുപോലും അവശേഷിച്ചതുമില്ല.

"പകുതി ഹൃദയം ബാക്കിയുണ്ടല്ലോ. മാത്രമല്ല. സ്വർണ്ണ ദ്വീപിൽ എത്തിക്കഴിഞ്ഞാൽ പിന്നെ ഈ ലോകത്തിലേറ്റവും ധനികനായി മാറും ഞാൻ."

സീപ്രിയാനോ ആശ്വസിച്ചു.

അയാളുടെ ചിന്തകളെന്താണെന്ന് ഊഹിച്ചെന്നവണ്ണം പുഞ്ചിരി നിറഞ്ഞ മുഖത്തോടെ മത്സ്യം സീപ്രിയാനോയെയും വഹിച്ചു കൊണ്ട് സ്വർണ്ണദ്വീപിന് നേരെ നീന്തിക്കൊണ്ടേയിരുന്നു.

ഒടുവിൽ അവർ ലക്ഷ്യത്തിലെത്തി.

"നിനക്ക് തിരിച്ചുപോകണം എന്ന് തോന്നുമ്പോൾ കടൽക്കരയിൽ വന്നു ഒന്ന് ചൂളം വിളിച്ചാൽ മതി. ഞാൻ എത്തിക്കോളാം."

തിരകൾക്കിടയിൽ മറയുന്നതിനു മുൻപ് മത്സ്യം പറഞ്ഞു.

കൺമുൻപിലെ മായാലോകം കണ്ടു സീപ്രിയാനോ പരിഭ്രമിച്ചു പോയി. അവിടെ എല്ലാം സ്വർണ്ണമയമായിരുന്നു. ചിതറിക്കിടക്കുന്ന പാറക്കഷണങ്ങളും മണലും എല്ലാം. തിരകൾക്കിടയിൽനിന്ന് സ്വർണ്ണമണലിലേക്ക് കാലെടുത്തു വച്ചതും മുന്നിൽ ഒരു ഭീകരരൂപം പ്രത്യക്ഷപ്പെട്ടു. അത് പറഞ്ഞു.

"നിൽക്കൂ... നീ എങ്ങനെ ഇവിടെ എത്തി? മനുഷ്യർക്ക് ഇവിടെ കയറാൻ അനുവാദമില്ല."

"ഞാൻ എന്റെ എല്ലാം ഇവിടെ എത്താൻ വേണ്ടി നഷ്ടപ്പെടുത്തി. എന്റെ വീട്, എന്റെ അമ്മ, അച്ഛൻ, എന്റെ സുഹൃത്തുക്കൾ എന്നെ ഉപേക്ഷിച്ചു. എന്റെ പകുതി ഹൃദയം പോലും..."

അയാൾ കരഞ്ഞു പോയി.

തെല്ലൊന്നാലോചിച്ച ശേഷം ആ ജീവി പറഞ്ഞു.

"ശരി. നിന്നെ ഞാൻ ദ്വീപിൽ കടക്കാൻ അനുവദിക്കാം. പക്ഷേ നിന്റെ ബാക്കിയുള്ള ഹൃദയം കൂടി എനിക്ക് വേണം."

സീപ്രിയാനോ ഭയന്നു പോയി. അയാൾ ചോദിച്ചു.

"പക്ഷേ ഹൃദയമില്ലാതെ ഞാൻ എങ്ങനെ ജീവിക്കും."

ജീവി പൊട്ടിച്ചിരിച്ചു.

"ഹൃദയമില്ലാത്ത ആരെയും നീ കണ്ടിട്ടില്ലേ? ഒന്ന് സൂക്ഷിച്ചു നോക്കിയാൽ നിനക്ക് ചുറ്റും അങ്ങനെയുള്ള ഒരുപാട് പേരെ കാണാൻ കഴിയും. വിഷമിക്കണ്ട. നിന്റെ ജീവൻ നിലനിർത്താൻ ഞാൻ ഒരു ചെറിയ കഷണം ബാക്കി വച്ചേക്കാം."

വരാൻ പോകുന്ന സൗഭാഗ്യങ്ങളെക്കുറിച്ചോർത്തു സീപ്രിയാനോ സമ്മതം മൂളി.

അതു കേൾക്കേണ്ട താമസം, ആ ജന്തു അയാളുടെ ബാക്കിയുള്ള ഹൃദയം കൂടി തുരന്നെടുത്തു. എന്നിട്ട് പറഞ്ഞു.

"നീ വിഷമിക്കേണ്ട. ഒരു കുഞ്ഞു കഷണം ബാക്കിയുണ്ട്. മനുഷ്യരുടെ ഇടയിൽ ജീവിക്കാൻ അതൊക്കെ മതി."

സീപ്രിയാനോയ്ക്ക് ആശ്വാസമാണ് തോന്നിയത്. ഇനി തനിക്കു ആരെയും പേടിക്കണ്ട. ഇതെല്ലാം തന്റേതാണ്. ഇഷ്ടമുള്ളത്രയും എടുക്കാം. പക്ഷേ ചുറ്റും നോക്കിയപ്പോൾ അയാളുടെ ആവേശം കെട്ടടങ്ങി.

"എനിക്കെന്തിനാണ് ഇത്രയും സ്വർണ്ണം? സ്വന്തമായി എനിക്കൊരു ഹൃദയം പോലുമില്ല. എന്റെ അച്ഛനമ്മമാർക്കും കുഞ്ഞനിയനും ഇനി എന്നെ കാണാൻ പോലും കഴിയുമോ എന്ന് സംശയം. എത്ര സുഹൃത്തുക്കൾ ഇതിനായി ജീവനൊടുക്കി? അവസാനം ബാക്കിയുള്ളവർ എന്നെ തള്ളിക്കളയുക പോലും ചെയ്തു. ഈ നഷ്ടങ്ങളെല്ലാം നികത്താൻ ഈ സ്വർണ്ണത്തിനു കഴിയുമോ?"

അയാൾ തിരിഞ്ഞു തിരകളിലേക്കു നടന്നു. ചൂളം വിളിക്കേണ്ട താമസം മത്സ്യം തിരകൾക്കു മീതെ ഉയർന്നു വന്നു.

"എനിക്ക് തിരിച്ചു പോകണം."

അയാൾ നിർവികാരനായി പറഞ്ഞു.

സീപ്രിയാനോയെ ചുമലിലേറ്റി മത്സ്യം സാന്റ് പെദ്രോറിലേക്ക് യാത്രയായി. സാന്റ് പെദ്രോറിന്റെ തീരത്ത് അയാളെ സുരക്ഷിതമായി എത്തിച്ചശേഷം മത്സ്യം യാത്ര പറഞ്ഞു പോയി.

സീപ്രിയാനോ കടലിൽവീണു മരിച്ചു എന്നായിരുന്നു തിരിച്ചു വന്ന കൂട്ടുകാർ പറഞ്ഞു പരത്തിയത്. തീരത്ത് കണ്ട പ്രാകൃതനെ തിരിച്ചറിയാൻ നാട്ടുകാർ അല്പസമയമെടുത്തു. വിവരമറിഞ്ഞ് അയാളുടെ അച്ഛനുമമ്മയും കുഞ്ഞനിയനും പാഞ്ഞു

വന്നു. പക്ഷേ സീപ്രിയാനോയ്ക്ക് സന്തോഷമോ ആവേശമോ ഒന്നും തോന്നിയില്ല. ഹൃദയത്തിന്റെ ഒട്ടുമിക്ക ഭാഗവും നഷ്ടപ്പെട്ടതിനു ശേഷം അയാളുടെ സ്ഥായിയായ ഭാവം നിർവികാരത തന്നെയായിരുന്നു.

നിർവികാരനായി അയാൾ നിൽക്കുന്നതു കണ്ട് അമ്മ ഓടി വന്നു അയാളെ കെട്ടിപ്പിടിച്ചു. അവരുടെ കണ്ണുനീർ അയാളുടെ നെഞ്ചിലൂടെ ഒഴുകി. അമ്മയുടെ സന്തോഷക്കണ്ണുനീർ വീണപ്പോൾ സീപ്രിയാനോയുടെ ഹൃദയം തിടുക്കത്തിൽ മിടിക്കുവാൻ തുടങ്ങി. അത് പഴയ രൂപം പ്രാപിക്കുകയായിരുന്നു. അയാളുടെ കണ്ണുകളും നിറഞ്ഞു. സീപ്രിയാനോ വീണ്ടും പഴയ മനുഷ്യനാവുകയായിരുന്നു.

പിന്നീടൊരിക്കലും അയാളെ ധനമോഹം പിടികൂടിയില്ല. കിളവൻ കാസസിനു ശിഷ്യപ്പെട്ടു സീപ്രിയാനോ സാന്റ് പെദ്രോറിലെ അറിയപ്പെടുന്ന ഒരു കപ്പൽപ്പണിക്കാരനായി മാറി. പണത്തിനേക്കാൾ വലുതായി ജീവിതത്തിൽ മറ്റു പലതുമുണ്ടെന്ന് അയാൾ തിരിച്ചറിഞ്ഞു.

(ഇല്ല ദൌറാദ എന്ന കറ്റലൻ നാടോടിക്കഥ)

■

മരിയേത്ത

വലൻസിയ എന്ന സ്ഥലത്തെ നാട്ടുരാജാവായിരുന്നു ഫിലിപ്പ്. അദ്ദേഹത്തിന് ഒരു മകനുണ്ടായിരുന്നു. കാർലോസ് എന്നായിരുന്നു അദ്ദേഹത്തിന്റെ പേര്. പ്രായപൂർത്തി ആയെങ്കിലും രാജകുമാരൻ ഉത്തരവാദിത്വങ്ങൾ ഏറ്റെടുക്കുന്നതിൽ വലിയ താത്പര്യം ഒന്നും കാണിച്ചില്ല. കുതിരസവാരി ചെയ്തും നായാട്ടു നടത്തിയും അദ്ദേഹം സമയം ചിലവഴിച്ചു.

വേഷം മാറി സഞ്ചരിക്കുക എന്നതായിരുന്നു രാജകുമാരന്റെ ഏറ്റവും പ്രിയപ്പെട്ട വിനോദം. നല്ല തമാശക്കാരനായിരുന്ന അദ്ദേഹം തക്കം കിട്ടിയാൽ ആളുകളെ നന്നായൊന്നു കളിയാക്കി വിടാനും രാജകുമാരൻ മടിച്ചിരുന്നില്ല.

ഒരു ദിവസം പതിവുപോലെ തന്റെ പ്രിയപ്പെട്ട വെള്ളക്കുതിരപ്പുറത്ത് ഒരു സവാരിക്കിറങ്ങിയതായിരുന്നു രാജകുമാരൻ. പുലർകാലത്തെ കുളിർമ്മയുള്ള കാറ്റുമേറ്റ് ദിവാസ്വപ്നങ്ങളിൽ മുഴുകി അദ്ദേഹം ഏറെ ദൂരം മുന്നോട്ടു പോയി.

താൻ ഇതുവരെ സന്ദർശിച്ചിട്ടില്ലാത്ത ഒരു ഗ്രാമത്തിലാണ് അദ്ദേഹം എത്തിച്ചേർന്നത്. ചുറ്റുപാടുകളൊക്കെ നിരീക്ഷിച്ചുകൊണ്ട് മുന്നോട്ട് പോകുന്നതിനിടയിൽ രാജകുമാരൻ കൗതുകകരമായ ഒരു കാഴ്ച കണ്ടു. സുന്ദരിയായ ഒരു യുവതി ജനൽപ്പടിയിൽ വച്ചിരിക്കുന്ന ചെടികൾക്ക് വെള്ളമൊഴിക്കുന്നു. പൂത്തുലഞ്ഞു നിൽക്കുന്ന ചെടികളുടെ അടുത്തു നിൽക്കുന്ന പെൺകുട്ടിയിൽ നിന്ന് അദ്ദേഹത്തിനു കണ്ണെടുക്കാൻ കഴിഞ്ഞില്ല. രാജകുമാരന്റെ മനസ്സിൽ ഒരു കുസൃതി തോന്നി. അദ്ദേഹം വിളിച്ചു ചോദിച്ചു.

"ഏയ് പെൺകുട്ടീ, നിന്റെ പേരെന്താണ്?"

മുഖമുയർത്തി നോക്കിയ പെൺകുട്ടിക്ക് തന്നോട് സംസാരിക്കുന്നതു രാജകുമാരനാണ് എന്ന് മനസ്സിലായില്ല. അപരിചിതനാണെങ്കിലും മര്യാദയോർത്ത് അവൾ മറുപടി പറഞ്ഞു.

"മരിയേത്ത"

കുസൃതിയോടെ രാജകുമാരൻ ചോദിച്ചു.

"മരിയേത്താ... നിന്റെ മുല്ലച്ചെടിയിൽ എത്ര പൂക്കളുണ്ട്?"

ജനൽപ്പടിയിൽ നിന്ന് താഴേക്കിറങ്ങി പടർന്നു തറയിൽ മുട്ടിക്കിടക്കുകയായിരുന്നു ആ മുല്ലച്ചെടി. എണ്ണിയാലൊടുങ്ങാത്ത പൂക്കളായിരുന്നു അത് നിറയെ.

തന്നെ കളിയാക്കുകയാണെന്നു മനസ്സിലായ മരിയേത്ത ചോദിച്ചു.

"ആകാശത്തിലെത്ര നക്ഷത്രങ്ങളുണ്ട്? അതിനുത്തരം തന്നാൽ ഇതിനുത്തരം ഞാൻ തരാം."

രാജകുമാരന് ദേഷ്യം വന്നു. അദ്ദേഹം ഒന്നും മിണ്ടാതെ കുതിരയെ വേഗത്തിലോടിച്ചു സ്ഥലം വിട്ടു.

ഇതെല്ലാം കണ്ടു നിന്ന മരിയേത്തയുടെ മുത്തശ്ശി ചോദിച്ചു.

"മരിയേത്താ. അതാരാണെന്നു നിനക്ക് മനസ്സിലായോ?"

"ഏതോ ഒരു വഴിപോക്കൻ" മരിയേത്ത അശ്രദ്ധയോടെ മറുപടി നൽകി.

"കൊള്ളാം. ആ കുതിരയെ കണ്ടിട്ടും നിനക്ക് മനസ്സിലായില്ലേ? രാജചിഹ്നങ്ങളോടു കൂടിയ കുതിര? നമ്മുടെ രാജകുമാരനായിരുന്നു അത്."

മരിയേത്ത ഭയന്നുപോയി. രാജകുമാരന്റെ വേഷം മാറിയുള്ള സഞ്ചാരങ്ങൾ രാജ്യമെങ്ങും പ്രശസ്തമായിരുന്നു. പിന്നെ അതൊരു തമാശ മാത്രമായിരുന്നു എന്ന് കരുതി അവൾ ആശ്വസിച്ചു.

കൊട്ടാരത്തിൽ മടങ്ങിയെത്തിയ രാജകുമാരനു ആകെ അസ്വസ്ഥത തോന്നി. ഒരു പെൺകുട്ടി തന്നോട് ധിക്കാരം പറയുക! മരിയേത്തക്ക് എന്നും ഓർമ്മിക്കത്തക്ക വിധത്തിലുള്ള ഒരു മറുപടി കൊടുക്കണമെന്ന് അദ്ദേഹത്തിനു തോന്നി.

അടുത്ത ദിവസം സ്ത്രീകൾക്കുള്ള സൗന്ദര്യവസ്തുക്കൾ വിൽക്കുന്ന ഒരു വഴിവാണിഭക്കാരന്റെ വേഷത്തിൽ അദ്ദേഹം

വീണ്ടും ആ ഗ്രാമത്തിലെത്തി. തന്നെ ഒരു കാരണവശാലും ആരും തിരിച്ചറിയാതിരിക്കാനുള്ള എല്ലാ മുൻകരുതലും രാജകുമാരൻ എടുത്തിരുന്നു. തന്റെ പ്രിയപ്പെട്ട വെള്ളക്കുതിരയ്ക്കു പകരം ഒരു ചാവാലിക്കുതിരപ്പുരത്തു നിരവധി ഭാണ്ഡങ്ങളും വച്ചു കെട്ടി വിളിച്ചു കൂവിക്കൊണ്ടുള്ള ആ വരവ് കണ്ടാൽ സാക്ഷാൽ ഫിലിപ്പ് രാജാവിനു പോലും തന്റെ പുത്രനെ തിരിച്ചറിയാൻ സാധിക്കില്ലായിരുന്നു.

മരിയേത്തയുടെ വീടിനടുത്തെത്തിയപ്പോൾ അവളുടെ ശ്രദ്ധ ആകർഷിക്കാനായി കൂടുതൽ ഉച്ചത്തിൽ രാജകുമാരൻ വിളിച്ചു കൂവാൻ തുടങ്ങി. അതുകേട്ടു പെൺകുട്ടികൾ വീടുകളിൽ നിന്ന് ഇറങ്ങി വന്നു. കൂട്ടത്തിൽ മരിയേത്തയും. കറുപ്പിൽ സ്വർണ്ണപ്പുള്ളികളുള്ള ഒരു മൂടുപടം അവൾ അശ്രദ്ധമായി തലയിലൂടെ ഇട്ടിരുന്നു.

കലപില കൂട്ടിക്കൊണ്ടു പെൺകുട്ടികൾ വില ചോദിക്കാനും വളകൾ പരിശോധിക്കാനും തുടങ്ങി. മരിയേത്ത അടുത്തെത്തിയതും രാജകുമാരൻ കുതിരപ്പുറത്തു നിന്നും കുനിഞ്ഞു അവളുടെ മൂടുപടമുയർത്തി. എന്നിട്ട് മരിയേത്തയുടെ ചുവന്ന കവിളിൽ ഒരുമ്മ വച്ചു. അമ്പരന്നുപോയ പെൺകുട്ടികളെ അവഗണിച്ചുകൊണ്ട് അദ്ദേഹം കുതിരയെ അതിവേഗം ഓടിച്ചു പോയി.

ആദ്യത്തെ പരിഭ്രമമൊന്നു ഒതുങ്ങിയപ്പോൾ മരിയേത്തക്ക് സംഭവം പിടികിട്ടി. വഴിവാണിഭക്കാരന്റെ വേഷത്തിൽ വന്നത് രാജകുമാരനാണെന്ന കാര്യത്തിൽ അവൾക്കു ഒരു സംശയവുമുണ്ടായിരുന്നില്ല. ഇതിനു പകരം വീട്ടണമെന്നു അവൾ തീരുമാനിച്ചു

അന്ന് വൈകുന്നേരം ഒരു ജിപ്സിപ്പെൺകുട്ടിയുടെ വേഷത്തിൽ അവൾ രാജകൊട്ടാരത്തിന്റെ അടുത്തെത്തി. ചുറ്റും വിശാലമായ കോട്ടയും നൂറുകണക്കിന് കാവൽ ഭടന്മാരുമുള്ള ആ കൊട്ടാരത്തിൽ കയറിപ്പറ്റുക അസാധ്യമായിരുന്നു. അവൾ പതുക്കെ കാവൽക്കാരുടെ അടുത്തു സേവ കൂടി

“ചേട്ടന്മാരെ... ഞാൻ കൊട്ടാരത്തിലെ പാചകപ്പുരയിലോ മറ്റോ ഒരു ജോലി തേടി വന്നതാണ്. എന്നെ ഒന്ന് സഹായിക്കൂ.”

അവളുടെ നിഷ്കളങ്കമായ മുഖവും വിനയപൂർവമുള്ള ചോദ്യവും കണ്ടപ്പോൾ ഭടന്മാർക്ക് നിരസിക്കാൻ കഴിഞ്ഞില്ല. അടുക്കളയിലേക്കുള്ള വഴിയും പറഞ്ഞു കൊടുത്തു അവളെ അവർ അകത്തു കയറ്റി വിട്ടു.

അകത്തു കടന്നതും അവൾ ഒതുങ്ങിയ കോണിലുള്ള ഒരു കർട്ടന്റെ പുറകിൽ ഒളിച്ചു. നേരം നന്നായി ഇരുട്ടി എല്ലാവരും ഉറങ്ങി എന്ന് ബോദ്ധ്യമായിക്കഴിഞ്ഞു അവൾ പതിയെ പുറത്തിറങ്ങി രാജകുമാരന്റെ അറ കണ്ടുപിടിച്ചു.

ശബ്ദമുണ്ടാക്കാതെ അകത്തു കടന്ന മരിയേത്ത രാജകുമാരന്റെ കട്ടിലിനടുത്തെത്തി. അദ്ദേഹം നല്ല ഉറക്കത്തിലാണെന്നു അവൾക്കു മനസ്സിലായി. തന്റെ തോൾ സഞ്ചിയിൽനിന്ന് ചരടിൽ കോർത്ത ഒരു ചെറിയ വെള്ളിമണി അവൾ പുറത്തെടുത്തു. ശബ്ദമുണ്ടാക്കാതെ, അദ്ദേഹത്തിന്റെ ഉറക്കത്തിനു ഭംഗം വരാതെ അവൾ അത് രാജകുമാരന്റെ കാലിലെ പെരുവിരലിൽ കെട്ടിയിട്ടു.

ആരെയും ഉണർത്താതെ മരിയേത്ത തന്റെ പഴയ സ്ഥാനത്തെത്തി ഒളിച്ചിരുന്നു. രാവിലെ ജോലി കഴിഞ്ഞു പോകുന്ന ഭാവത്തിൽ അവൾ കൊട്ടാരത്തിനു വെളിയിലെത്തി. ആരും അവളെ സംശയിച്ചതേയില്ല.

അടുത്ത ദിവസം രാവിലെ രാജകുമാരൻ തന്റെ കാലിലെ മണി കണ്ടു അമ്പരന്നു. ആരെയും അദ്ദേഹം ഈ വിചിത്ര സംഭവം അറിയിച്ചതേയില്ല. കൊട്ടാരത്തിലെ കാവലിന്റെ പോരായ്മകളെപ്പറ്റി അച്ഛനോടു പരാതി പറഞ്ഞ ശേഷം അദ്ദേഹം പതിവുപോലെ തന്റെ വെള്ളക്കുതിരപ്പുരത്തു സവാരിക്കിറങ്ങി.

മരിയേത്തയുടെ ഗ്രാമത്തിലേക്ക് തന്നെയാവാം സവാരി എന്നദ്ദേഹം തീരുമാനിച്ചു. മരിയേത്തയുടെ വീടിനടുത്തെത്തിയപ്പോൾ അദ്ദേഹം കുതിരയുടെ വേഗം കുറച്ചു. പ്രതീക്ഷിച്ചതുപോലെ അവൾ ജനലിനരികിൽ തന്റെ പൂച്ചെടികളെ താലോലിച്ചു നിൽപ്പുണ്ടായിരുന്നു. രാജകുമാരൻ കുസൃതിയോടെ വീണ്ടും വിളിച്ചു ചോദിച്ചു

“മരിയേത്താ... നിന്റെ മുല്ലയിൽ ഇന്ന് എത്ര പൂക്കളുണ്ട്?”

മരിയേത്ത ഒരു കുസൃതിച്ചിരിയോടെ തിരിച്ചു ചോദിച്ചു.

"ഇന്ന് ഉറക്കമുണർന്നപ്പോൾ അങ്ങയുടെ പെരുവിരലിൽ എത്ര മണികളുണ്ടായിരുന്നു?"

ആ പണി പറ്റിച്ചത് മരിയേത്തയാണെന്ന് അപ്പോഴാണ് രാജകുമാരനു മനസ്സിലായത്. അദ്ദേഹം ദേഷ്യം കൊണ്ട് വിറച്ചു. അവളെ ശിക്ഷിക്കണം എന്നാണ് അദ്ദേഹത്തിനു ആദ്യം തോന്നിയത്. പിന്നെ തോന്നി ഇത്രയും സുന്ദരിയും സമർത്ഥയുമായ ഒരു പെൺകുട്ടിയെ എങ്ങനെ ശിക്ഷിക്കും?

അദ്ദേഹം ചിന്താകുലനായി കൊട്ടാരത്തിൽ മടങ്ങിയെത്തി. മരിയേത്തയുടെ സൗന്ദര്യവും ബുദ്ധിശക്തിയും രാജകുമാരനെ ആകർഷിച്ചിരുന്നു. അവളെ വിവാഹം ചെയ്താലോ എന്നായി അദ്ദേഹത്തിന്റെ ആലോചന. വിവരം ഫിലിപ്പ് രാജാവിനെ അറിയിച്ചു. രാജാവിനാകട്ടെ വളരെ സന്തോഷമായി. ഒരു ലക്ഷ്യവുമില്ലാതെ ഇങ്ങനെ ഉഴപ്പി നടക്കുന്ന മകന് ഇനിയെങ്കിലും അല്പം ഉത്തരവാദിത്വം ഉണ്ടാകുമെന്നായിരുന്നു അദ്ദേഹത്തിന്റെ പ്രതീക്ഷ.

അങ്ങനെ കാർലോസ് രാജകുമാരൻ മരിയേത്തയെ വിവാഹം കഴിച്ചു. ഒരുപാടു വർഷങ്ങൾ അവർ സന്തോഷത്തോടെ ജീവിച്ചു. മരിയേത്തയുടെ കഥ മുത്തശ്ശിമാർ പറയുന്നത് കേട്ടു വളർന്ന വലൻസിയയിലെ പെൺകുട്ടികൾ ഇന്നും വസന്തം വരുമ്പോൾ ജനൽപ്പടിയിൽ മുല്ലച്ചെടികൾ നട്ടു വളർത്താറുണ്ട്.

(മരിയേത്ത എന്ന സ്പാനിഷ് കഥ)
∎

മാന്ത്രികക്കണ്ണാടി

രാജാവ് വിവാഹം കഴിക്കാൻ തീരുമാനിച്ചു. അദ്ദേഹം വിവരം ആദ്യം അറിയിച്ചത് ക്ഷുരകനെ ആണ്. ക്ഷുരകൻ തന്റെയടുത്തു മുടി വെട്ടിക്കാൻ വരുന്ന എല്ലാവരോടും വിവരം പറഞ്ഞു. അവർ അവരുടെ സുഹൃത്തുക്കളോടും. ചുരുക്കം പറഞ്ഞാൽ ഒന്ന് രണ്ടു ദിവസത്തിനുള്ളിൽ രാജ്യം മുഴുവൻ ഈ ചൂടുള്ള വാർത്ത പരന്നു.

വാർത്ത കേട്ടവർക്കൊക്കെ സംശയങ്ങളായി. രാജാവ് എങ്ങനെ തന്റെ ഭാര്യയെ കണ്ടെത്തും? ആളുകൾ തല പുകച്ചു. ക്ഷുരകനോട് ചോദിച്ചവരോടൊക്കെ അയാൾ വലിയ ഗമയിൽ പറഞ്ഞു.

"ഹും... ഒരു നല്ല പെൺകുട്ടിയെ കണ്ടെത്താൻ ഞാൻ കുറച്ചു പണിപ്പെടേണ്ടി വരുമെന്നാണ് തോന്നുന്നത്."

കേട്ടവരൊക്കെ ചിരിച്ചു.

"നീയോ? നീയാണോ ക്ഷുരകാ, രാജാവിന് ഭാര്യയെ കണ്ടെത്തുന്നത്?"

"പിന്നെയല്ലാതെ? രാജാവിനെ തൊടാനും അദ്ദേഹത്തിന്റെ മുഖം മിനുക്കാനും ഭാഗ്യമുള്ള ഒരേയൊരാൾ ഈ രാജ്യത്ത് ഞാൻ മാത്രമാണ്. അത് മാത്രമല്ല. എന്റെ കൈയിൽ ഒരു മാന്ത്രികക്കണ്ണാടി ഉണ്ട്. സ്വഭാവശുദ്ധി ഇല്ലാത്ത ഏതു പെൺകുട്ടി ഈ കണ്ണാടിയിൽ നോക്കിയാലും അവളുടെ സ്വഭാവത്തിലെ കറകൾ കണ്ണാടിയിൽ തെളിഞ്ഞു വരും."

ക്ഷുരകൻ പറഞ്ഞു.

"രാജ്യത്തിലുള്ള എല്ലാ പെൺകുട്ടികളും ഈ പദവി ആഗ്രഹിക്കും."

ആളുകൾ പറഞ്ഞു.

"എന്നാൽ അവരെല്ലാം തന്നെ എന്റെ കണ്ണാടിയിൽ നോക്കേണ്ടി വരും."

ക്ഷുരകൻ പറഞ്ഞു നിർത്തി.

രാജ്യത്തിലെ ഏറ്റവും വലിയ ചർച്ചവിഷയമായി ഇത് മാറി. എന്നിട്ടും ആരും റാണിയാവാൻ തയ്യാറായി മുന്നോട്ട് വന്നില്ല.

രാജാവിന്റെ രൂപസൗകുമാര്യവും നയതന്ത്രവൈദഗ്ധ്യവും ശത്രുക്കൾപോലും അംഗീകരിച്ചിരുന്നു. പക്ഷേ ഒരു പെൺകുട്ടി പോലും തന്നെ വിവാഹം കഴിക്കാൻ തയ്യാറായി മുന്നോട്ട് വരുന്നില്ല എന്നോർത്തു അദ്ദേഹത്തിനും അദ്ഭുതവും നിരാശയും തോന്നി.

പലവിധത്തിലുള്ള അന്വേഷണങ്ങളും വിശദീകരങ്ങളും ചർച്ചകളുമായി വിഷയം ചൂടാറാതെ തന്നെ നിന്നു.

ഒന്ന് ശ്രമിച്ചു നോക്കിക്കൂടെ എന്ന് ചോദിക്കുന്നവരോട് പെൺകുട്ടികൾ പലതരത്തിലുള്ള മറുപടികളാണ് പറഞ്ഞത്.

"ഞാൻ ഇപ്പോൾ വിവാഹം കഴിക്കാൻ ഉദ്ദേശിക്കുന്നില്ല."

"കല്യാണം കഴിക്കാൻ വേണ്ടി ക്ഷുരകന്റെ അടുത്തു പോകാൻ വയ്യ."

"ഒറ്റയ്ക്ക് ജീവിക്കാനാണ് താത്പര്യം."

പല വീടുകളിലും അച്ഛന്മാർ ഈ അവസരം വിട്ടുകളയുന്ന പെൺമക്കളെ ഒരുപാടു വഴക്ക് പറഞ്ഞു. അദ്ഭുതമെന്നു പറയട്ടെ, ഒട്ടു മിക്ക അമ്മമാരും ഇക്കാര്യത്തിൽ നിശ്ശബ്ദത പാലിച്ചതെയുള്ളൂ.

ആരെങ്കിലും കണ്ണാടിയിൽ നോക്കാൻ എത്തിയോ എന്ന് എല്ലാ ദിവസവും രാജാവ് ക്ഷുരകനോട് അന്വേഷിക്കും. തന്റെ കടയുടെ ചുറ്റും പെൺകുട്ടികൾ പതുങ്ങി നടക്കുന്നതിനെപ്പറ്റിയും മറ്റു പെൺകുട്ടികൾ അകത്തു പോകുന്നുണ്ടോ എന്ന് ശ്രദ്ധിക്കുന്നതിനെപ്പറ്റിയും ക്ഷുരകൻ സരസമായി രാജാവിനെ പറഞ്ഞു കേൾപ്പിക്കും.

"എന്റെ ദൈവമേ!"

രാജാവ് തലയിൽ കൈ വച്ചു.

"എനിക്കറിയാവുന്ന ഒരു രാജാവിനും ഇങ്ങനെ ഒരു ഗതികേട് ഉണ്ടായിട്ടില്ല. അവരുടെയൊക്കെ രാജ്യങ്ങളിൽ റാണിയാകാൻ ഉന്തും തള്ളുമാണ്."

"എടോ ക്ഷുരകാ!"

രാജാവ് വിളിച്ചു

"താൻ എത്രയും പെട്ടെന്ന് എനിക്ക് പറ്റിയ ഒരു പെൺകുട്ടിയെ കണ്ടുപിടിക്കണം. അവൾ പുലർകാലംപോലെ പ്രഭാമയിയും മഞ്ഞുതുള്ളിപോലെ പരിശുദ്ധയും ആയിരിക്കണം. പിന്നെ തന്റെ കണ്ണാടിയിൽ നോക്കാൻ പേടിയില്ലാത്തവളും ആയിരിക്കണം. മനസ്സിലായോ?"

ക്ഷുരകൻ ചിന്താമഗ്നനായി പറഞ്ഞു.

"രാജാവേ, കണ്ണാടിയിൽ നോക്കാൻ പേടിയില്ലാത്ത പെൺകുട്ടികളെ ചിലപ്പോൾ മലഞ്ചെരിവുകളിൽ കണ്ടെത്താൻ കഴിഞ്ഞേക്കും. അവർക്ക് ഒന്നിനെയും പേടിയില്ല. പിന്നെ... അങ്ങേക്ക് അവരെ ഇഷ്ടപ്പെടുമോ എന്നാണ് എന്റെ സംശയം."

ക്ഷുരകൻ തല ചൊറിഞ്ഞു

"നീ എത്രയും പെട്ടെന്ന് മലഞ്ചെരിവുകളിലെ കൃഷിക്കാരുടെ ഇടയ്ക്ക് വാർത്ത എത്തിക്കൂ. ഇഷ്ടപ്പെടുമോ ഇല്ലയോ എന്ന് നമുക്ക് പിന്നെ നോക്കാം."

അങ്ങനെ ക്ഷുരകൻ മലഞ്ചരിവുകളിലെ കൃഷിക്കാരുടെ ഇടയ്ക്കും ഈ വാർത്ത എത്തിച്ചു. അദ്ഭുതമെന്നു പറയട്ടെ. അവരിലൊരാളുടെ മകൾ കണ്ണാടിയിൽ നോക്കാൻ തയ്യാറാണെന്ന് അറിയിച്ചു. അതിനു വേണ്ടി ഒരു ദിവസവും ക്ഷുരകൻ നിശ്ചയിച്ചു.

കണ്ണാടി നോക്കൽ ക്ഷുരകന്റെ കടയിൽ വച്ചു വേണ്ട, തന്റെ മുന്നിൽവച്ചു തന്നെയാകട്ടെ എന്ന് രാജാവ് നിർദ്ദേശിച്ചു. അങ്ങനെ ആ ദിവസം വന്നു ചേർന്നു.

മന്ത്രിമാരും കൊട്ടാരം സേവകരും അന്ന് പതിവിലും നേരത്തെ എത്തി. എല്ലാവരും ആകാംക്ഷയോടെ പെൺകുട്ടിയെ കാത്തിരിക്കുകയാണ്. കൃത്യസമയത്ത് തന്നെ തന്റെ അച്ഛന്റെ കൂടെ പെൺകുട്ടി സഭയിലെത്തി. പർവ്വതങ്ങളിലെ ശുദ്ധവായു ശ്വസിച്ചു പ്രകൃതിയോടിണങ്ങി ജീവിച്ചതിന്റെ എല്ലാ പ്രസരിപ്പും

നൈർമ്മല്യവും അവളിൽ പ്രകടമായിരുന്നു. കണ്ടപ്പോൾതന്നെ രാജാവിന് അവളെ ഇഷ്ടമായി.

ചടങ്ങിനായി ക്ഷുരകൻ കണ്ണാടിയുമായി അവളെ സമീപിച്ചു. കണ്ണാടി കൈയിൽ വാങ്ങിയശേഷം അവൾ പറഞ്ഞു.

"മഹാരാജാവേ, തെറ്റുകൾ ചെയ്തിട്ടില്ലാത്തവരായി ഈ ലോകത്ത് ആരും തന്നെയില്ല. ഞാനും ചെയ്തിട്ടുണ്ട് കൊച്ചു കൊച്ചു തെറ്റുകൾ. പക്ഷേ എന്റെ മനസ്സാക്ഷിയുടെ മുന്നിൽ തല കുനിക്കേണ്ട വിധത്തിലുള്ള ഒരു തെറ്റും ഞാൻ ചെയ്തിട്ടില്ല. അതുകൊണ്ട് ഈ കണ്ണാടിയിൽ നോക്കാൻ എനിക്ക് ഭയവുമില്ല."

അവൾ കണ്ണാടിയിൽ നോക്കി. പ്രതിബിംബം കാണാൻ ശ്വാസ മടക്കിപ്പിടിച്ചു കാത്തിരുന്നവർക്ക് അവളുടെ കളങ്കമില്ലാത്ത സുന്ദരമായ മുഖമാണ് കാണാൻ കഴിഞ്ഞത്. എല്ലാവരും കര ഘോഷം മുഴക്കി. ആഹ്ലാദാരവങ്ങൾക്കിടയിൽ രാജാവ് പറഞ്ഞു.

"എല്ലാവരുടെയും ശ്രദ്ധയ്ക്ക്. ഈ കണ്ണാടിക്കു യാതൊരു മാന്ത്രിക ശക്തിയുമില്ല. ക്ഷുരകന്റെ സഞ്ചിയിലെ ഒരു സാധാരണ കണ്ണാടി മാത്രമാണിത്. ആത്മവിശ്വാസവും സ്വഭാവശുദ്ധിയുമുള്ള ഒരു പെൺകുട്ടിയെ കണ്ടെത്താൻ ഞാൻ കണ്ടുപിടിച്ച ഒരു സൂത്രം മാത്രമായിരുന്നു അത്. ക്ഷുരകൻ എന്നെ സഹായിക്കു കയും ചെയ്തു. എല്ലാവർക്കും നന്ദി."

രാജ്യത്തിലെ എല്ലാ പെൺകുട്ടികളും തങ്ങൾക്കു പറ്റിയ അബദ്ധമോർത്ത് വിഷണ്ണരായി.

(എൽ എസ്പെഹോ മജീഷ്യോ എന്ന സ്പാനിഷ് കഥ)

■

മാന്ത്രികന്റെ മകൾ

പന്ത്രണ്ട് വയസ്സുള്ള ഒരു കൊച്ചു മിടുക്കനായിരുന്നു ഗിലെം. ഒരു ദിവസം മടുപ്പ് സഹിക്കാനാവാതെ ഗ്രാമത്തിനടുത്തുള്ള ഊടുവഴികളിലൂടെ ചുറ്റി നടന്നു വരാനായി അവൻ പുറപ്പെട്ടു. ഉത്സാഹം നശിച്ച ഭാവത്തിൽ കനംതൂങ്ങിയ കൺപോളകളുമായി നടന്നുപോകുന്ന അവനെക്കണ്ടാൽ ആർക്കും സങ്കടം തോന്നും. കുഞ്ഞുപെങ്ങളെ ഓർത്തായിരുന്നു അവന്റെ വിഷമമെല്ലാം. ഒന്നോ രണ്ടോ ദിവസത്തിൽ കൂടുതൽ അവൾക്ക് ആയുസ്സില്ലെന്ന് രാവിലെ ഡോക്ടർ പെപ് പറയുന്നത് അവൻ ഒളിച്ചുനിന്ന് കേട്ടിരുന്നു.

"എന്റെ പാവം മരിയ..."

വിതുമ്പിക്കൊണ്ട് ഗിലെം അടുത്തു കണ്ട ഒരു കല്ലിലിരുന്നു. കണ്ണുനീരോടെ അവൻ പ്രാർത്ഥിക്കാൻ തുടങ്ങി. അവന്റെ കരച്ചിൽ കേട്ട് അടുത്തു നിന്ന കുറ്റിക്കാട്ടിൽനിന്നും ഒരു ചെറിയ ആട്ടിൻകുട്ടി എത്തി നോക്കി. കുറച്ചു നേരം നോക്കിനിന്ന ശേഷം അത് പതുക്കെ അവന്റെ അടുത്തേക്ക് വന്നു.

"കരച്ചിൽ നിർത്ത്! മരിയയെ രക്ഷിക്കാൻ ഞാൻ നിന്നെ സഹായിക്കാം."

ആട്ടിൻകുട്ടി സംസാരിക്കുന്നതു കേട്ട് ഗിലെം ഞെട്ടിപ്പോയി.

"എങ്ങനെ?" അവൻ അല്പം പേടിയോടെ ചോദിച്ചു.

"നിന്റെയടുത്തു നിൽക്കുന്ന ആ റോസ്മേരിച്ചെടിയുടെ ചുവട്ടിലേക്ക് നോക്ക്. അതിന്റെ ചുവട്ടിൽ ഒരു മോതിരം കിടക്കുന്നത് കണ്ടോ?"

ഗിലെം തിരിഞ്ഞു നോക്കി. തൊട്ടടുത്തു നിൽക്കുന്ന ചെടി യുടെ ചുവട്ടിൽ ഒരു മോതിരം കിടന്നു മിന്നുന്നു. അവൻ അതെ ടുത്തു തിരിച്ചും മറിച്ചും നോക്കി .

"ഇതുകൊണ്ട് ഞാനെന്തു ചെയ്യാനാ?"
അവൻ നിരാശയോടെ ചോദിച്ചു

"അത് മാന്ത്രികൻ മനോലോയുടെതാണ്. നീ അതെടുത്തു വിരലിലിട്ടിട്ട് ജീവന്റെ പൂന്തോട്ടത്തിലേക്ക് പോകാനാവശ്യ പ്പെടണം. ആ മോതിരം നിന്നെ അവിടേക്ക് കൊണ്ടുപോകും. അവിടെച്ചെന്നിട്ട് നീ നീല ഐവിച്ചെടി കണ്ടുപിടിക്കണം. അതിന്റെ നീരിനു മാത്രമേ നിന്റെ കുഞ്ഞനിയത്തിയെ സുഖപ്പെടു ത്താനാവൂ. അവിടെ എന്തെങ്കിലും പ്രശ്നമുണ്ടാവുകയാണെങ്കിൽ ആ മോതിരം ഉപയോഗിക്കണം. അത് നിന്നെ സഹായിക്കും."

"എന്റെ കുഞ്ഞാടേ, നീ പറയുന്നതെന്തും ഞാൻ ചെയ്യാം. പക്ഷേ നീ ആരാണ്?"

"ഞാൻ ആരാണെന്നു നിനക്ക് കാണാൻ വയ്യേ? ഒരു ആട്ടിൻ കുട്ടി. എന്റെ കൊമ്പുകൾ കണ്ടില്ലേ?"

ആട്ടിൻകുട്ടി ഭംഗിയുള്ള തല കുലുക്കി തന്റെ മുളച്ചു വരുന്ന കൊമ്പുകൾ അഭിമാനത്തോടെ പ്രദർശിപ്പിച്ചു.

"പക്ഷേ ആട്ടിൻകുട്ടികൾ സംസാരിക്കാറില്ലല്ലോ?"
ഗിലെം സംശയത്തോടെ അതിനെ തുറിച്ചു നോക്കി.

"ഓ... അതോ... അത് എന്നെ വളരെ നന്നായി വളർത്തിയത് കൊണ്ടാണ്."

ആട്ടിൻകുട്ടി അവനെനോക്കി ഇളിച്ചു കാണിച്ചു.

"ഞാൻ ആരാണെന്നു നിന്നോട് എന്തായാലും ഇപ്പോൾ പറയാൻ പോകുന്നില്ല. സമയം വരട്ടെ. പറയാം. ഇപ്പോൾ നേരം കളയാതെ നീ ഞാൻ പറഞ്ഞത് ചെയ്യ്."

ഗിലെം മോതിരം ധരിച്ചു. എന്നിട്ട് പറഞ്ഞു.
'ജീവന്റെ പൂന്തോട്ടത്തിലേക്ക്."

പറഞ്ഞു തീർന്നില്ല. വെളുത്തു പഞ്ഞി പോലെയുള്ള ഒരു മേഘശകലം താഴെക്കുവന്നു ഗിലെമിനെ മൂടി. നിമിഷനേരത്തി നുള്ളിൽ അത് അവനെയും കൊണ്ട് ആകാശത്തിലേക്കുയർന്നു. കണ്ണടച്ചു തുറക്കുന്ന നേരത്തിനുള്ളിൽ താൻ ഒരു വലിയ വാ തിലിനു മുൻപിൽ നിൽക്കുന്നതാണ് ഗിലെം കണ്ടത്. വെള്ളി കൊണ്ട് നിർമ്മിച്ച ആ പ്രവേശന കവാടത്തിൽ നിറയെ അതിമ നോഹരമായ അലങ്കാരപ്പണികൾ സ്വർണ്ണത്തിൽചെയ്തിരി ക്കുന്നു.

വാതിലിനു മുൻപിൽ രണ്ടു പെൺകിടാങ്ങൾ നിൽക്കുന്നത് ഗിലെം കണ്ടു. മഞ്ഞുപോലെ വെളുത്ത ഉടയാടകളും മധുര മാർന്ന പുഞ്ചിരി തൂകുന്ന മുഖവുമായിരുന്നു ഒരുവൾക്ക്. അഴുക്കു പുരണ്ട ഇരുണ്ട ഉടയാടകളും വീർപ്പിച്ചു കെട്ടിയ മുഖവുമുള്ള മറ്റേ പെൺകുട്ടി ഗിലെമിനെ തുറിച്ചു നോക്കി. അവളുടെ അയഞ്ഞ ഉടുപ്പിൽ ഒരു നീണ്ടു മൂർച്ചയേറിയ കത്തി തൂക്കിയിട്ടി രുന്നു.

'നിങ്ങൾ ആരാണ് ?'

അല്പം ഭയത്തോടെ ഗിലെം ചോദിച്ചു

"ഞാനാണ് ജീവന്റെ ദേവത."

കൈയിലിരുന്ന ചുവന്നു തുടുത്ത ആപ്പിളിനെ ഓമനിച്ചു കൊണ്ട് ആദ്യത്തെ പെൺകുട്ടി പറഞ്ഞു.

"ഞാൻ മരണദേവതയാണ്."

രണ്ടാമത്തെ പെൺകുട്ടി മുറുമുറുത്തു.

"നീ എന്തിനാ ഇവിടെ വന്നത്?'

അവൾ ദേഷ്യത്തോടെ അലറി.

ഭയന്നുപോയെങ്കിലും അവൻ മറുപടി പറഞ്ഞു.

"എന്റെ കുഞ്ഞനിയത്തിയെ സുഖപ്പെടുത്താനായി നീല ഐവിയുടെ ഒരു വള്ളി തേടി വന്നതാണ് ഞാൻ."

"ഈ പൂന്തോട്ടത്തിൽ നീല ഐവി ഉണ്ട്. പക്ഷേ ഇവളുടെ സമ്മതമില്ലാതെ എനിക്ക് അത് തരാനാവില്ല."

മരണദേവതയെ ചൂണ്ടിക്കാണിച്ചുകൊണ്ട് ജീവന്റെ ദേവത പറഞ്ഞു.

"ഞാനത് നിനക്ക് തരില്ല. മരിയ എന്റേതാണ്."

മരണദേവത അലറി.

"എനിക്ക് നീല ഐവി തരാനാകില്ല. പക്ഷേ അതെടുക്കുന്ന തിന് നിനക്ക് ആരുടേയും അനുവാദം ആവശ്യമില്ല."

ജീവന്റെ ദേവത അവന് മാത്രം കേൾക്കാനാവുന്നവിധത്തിൽ പറഞ്ഞു.

"എന്നാൽ എന്ത് വില കൊടുത്തും ഞാൻ അതെടുക്കും."

ഗിലെം അകത്തേക്ക് കടക്കാൻ തുടങ്ങി.

"ജീവനോടെ നീ അകത്തു കടക്കില്ല."

തന്റെ നീണ്ട കത്തി ചുഴറ്റിക്കൊണ്ട് മരണദേവത വിളിച്ചു കൂവി.

"അവനതെടുക്കും! അവൻ എന്റേതാണ്. അവന്റെ ആയുസ്സെ ത്തുന്നതിനു മുൻപ് നിനക്കവനെ തൊടാൻ ഒരു അവകാശ വുമില്ല."

ദേഷ്യത്തോടെ ജീവന്റെ ദേവത പറഞ്ഞു.

ഗിലെം വാതിൽ തുറന്നതും മരണദേവത അവളുടെ ആയുധം അവന്റെമേൽ പ്രയോഗിച്ചു. താഴെ വീണ അവനെ ജീവന്റെ ദേവത താങ്ങിയെടുത്ത് അവളുടെ മടിയിൽ കിടത്തി. അവളുടെ കൈയിലിരുന്ന ആപ്പിൾ അവനെ മണപ്പിച്ചു. നിമിഷനേരത്തി നുള്ളിൽ ഗിലെം കണ്ണ് തുറന്നു. തന്റെ ശരീരത്തുണ്ടായ മുറിവ് അപ്രത്യക്ഷമായതായി അവൻ കണ്ടു.

"നീ പോയി നിനക്ക് വേണ്ടത് കണ്ടുപിടിക്ക്! ഇവളെ ഞാൻ നോക്കിക്കോളാം."

അവൾ അവന് ഒരു പരിചപോലെ നിന്നു. സമയം കളയാതെ ഗിലെം അകത്തേക്കോടി.

അകത്തെ കാഴ്ച കണ്ട് അവൻ അമ്പരന്നു നിന്നു. നിറയെ ഔഷധച്ചെടികൾ പൂത്തുലഞ്ഞു നിൽക്കുന്നു. പൂക്കളും പൂമ്പാറ്റ കളും സുഗന്ധവും നിറഞ്ഞ ആ പൂന്തോട്ടത്തോളം ഭംഗിയുള്ള മറ്റൊന്നും അവൻ ജീവിതത്തിൽ കണ്ടിട്ടില്ലായിരുന്നു. പെട്ടെന്ന് തന്നെ അവൻ തനിക്കു ചെയ്യാനുള്ള ജോലിയെപ്പറ്റി ഓർത്തു.

എങ്ങനെ ഈ നീല ഐവി കണ്ടുപിടിക്കും എന്നായി അവന്റെ ചിന്ത.

പെട്ടെന്ന് നിറപ്പകിട്ടാർന്ന ഒരു സെലെറിച്ചെടി ഗിലെമിന്റെ ചെവിക്കടുത്തേക്ക് നീണ്ടുവന്നു.

"ഞാനാണ് ചുവന്ന സെലെറി. നിന്റെ നെഞ്ചിന് എന്തെങ്കിലും അസുഖമുണ്ടോ? ഞാനാണതിന്റെ പ്രതിവിധി."

അപ്പോൾ പുറകിൽ നിന്നൊരു കിളിനാദം

"ഞാനാണ് സ്പാനിഷ് ഉള്ളി. നിന്റെ കിഡ്നിയൊക്കെ നന്നായി പ്രവർത്തിക്കുന്നുണ്ടോ? ഇല്ലെങ്കിൽ ഞാനത് ശരിയാക്കാം."

"ഞാനാണ് വലേറിയൻ! എടാ ചകിരിത്തലയാ! നിന്റെ ഞെരമ്പുകൾക്കു വല്ല കുഴപ്പവുമുണ്ടോ? അതിനു എന്നേക്കാൾ നല്ലൊരു മരുന്നില്ല കേട്ടോ."

അവനു ചുറ്റും നിന്ന് പലതരം ഔഷധച്ചെടികൾ ഒച്ചവച്ചു. സഹികെട്ട് ചെവി പൊത്തിക്കൊണ്ട് ഗിലെം വിളിച്ചു പറഞ്ഞു.

"നിർത്ത്! നിങ്ങളെന്നെ ഭ്രാന്ത് പിടിപ്പിക്കുകയാണ്."

'ഭ്രാന്തിനു പറ്റിയ മരുന്നാണ് ഞാൻ."

അവന്റെ കാൽച്ചുവട്ടിൽനിന്ന് ഒരു കുറ്റിച്ചെടി വിളിച്ചുകൂവി.

"എനിക്ക് നീല ഐവി മാത്രം മതി."

നിസ്സഹായനായി ഗിലെം പറഞ്ഞു

എവിടെനിന്നോ ഒരു ഞരങ്ങൽപോലെയുള്ള ഒരു ശബ്ദമുയർന്നു.

"ഞാൻ ഇവിടെയുണ്ട്. പക്ഷേ നീ കാണാതിരിക്കാൻ എന്നെ മറച്ചു വെച്ചിരിക്കുകയാണ്."

ഗിലെം എല്ലായിടത്തും പരതാൻ തുടങ്ങി. പക്ഷേ ഓരോ തവണയും ഐവിയുടെ ശബ്ദം പലസ്ഥലത്തു നിന്നാണ് കേട്ടത്. ഗിലെമിന്റെ നിരാശ കണ്ടു മറ്റു ചെടികൾ കുണുങ്ങിച്ചിരിച്ചു.

"നിന്നെ ആരാണിങ്ങനെ ഒളിച്ചു വച്ചിരിക്കുന്നത്?"

കണ്ണുകൾകൊണ്ട് ചുറ്റും പരതിക്കൊണ്ടു ഗിലെം ചോദിച്ചു.

"നീ എന്നെ കണ്ടുപിടിക്കാതിരിക്കാൻ മരണ ദേവത ചെയ്ത പണിയാണിത്. പല തവണ നീ എന്നെക്കടന്നു പോയി. ഇനിയും നീ താമസിച്ചാൽ നിനക്ക് മരിയയെ രക്ഷിക്കാൻ കഴിഞ്ഞെന്നു വരില്ല."

എന്ത് ചെയ്യണമെന്നറിയാതെ അവൻ അമ്പരന്നു. പെട്ടെന്നാണ് അവൻ മോതിരത്തെപ്പറ്റി ഓർത്തത്.

'മാന്ത്രികൻ മനോലോയുടെ മോതിരമേ, എനിക്ക് നീ ആ നീല ഐവിച്ചെടി ഒന്ന് കാട്ടിത്തരു."

ഗിലെം മോതിരത്തോട് കേണു. പറഞ്ഞു തീർന്നില്ല, തന്റെ തൊട്ടടുത്തു നിന്ന ഓക്ക് മരത്തിന്റെ ചില്ലയിൽനിന്നും തൂങ്ങിക്കിടക്കുന്ന നീല ഐവിച്ചെടി അവൻ കണ്ടു.

"നീ എന്നെ മുറിച്ചെടുത്തിട്ട് ഇപ്പോൾ ഒരു പ്രയോജനവുമില്ല."

ഐവിച്ചെടി കരഞ്ഞു.

"നിന്റെ കുഞ്ഞുപെങ്ങൾ മരിക്കാൻ പോവുകയാണ്. മരണ ദേവത അവളുടെ കിടക്കയ്ക്ക് അരികിൽ എത്തിക്കഴിഞ്ഞു."

"എത്രയും പെട്ടെന്ന് മരണദേവതയെ ബന്ധിച്ച് എന്റെ മുന്നിലെത്തിക്കൂ."

ഗിലെം മോതിരത്തോട് ആജ്ഞാപിച്ചു. പറഞ്ഞു തീർന്നില്ല. കൈയും കാലും കെട്ടിയ നിലയിൽ മരണദേവത അവന്റെ മുന്നിൽ വന്നു വീണു. ഔഷധച്ചെടികൾക്ക് സന്തോഷമായി. അവർ കൈയടിച്ചു ചിരിച്ചു.

"അവളെ വെറുതെ വിടരുത്. ഞങ്ങളുടെ ശത്രുവാണവൾ."

ചിലർ വിളിച്ചു പറഞ്ഞു.

"നീ എന്റെ കുഞ്ഞനിയത്തിയെ എന്ത് ചെയ്തു?"

രോഷത്തോടെ ഗിലെം ചോദിച്ചു

"ഇതുവരെ ഒന്നും ചെയ്തില്ല. ഈ കെട്ടൊന്നഴിക്ക്! എന്ത് ചെയ്യാൻകഴിയും എന്ന് കാണിച്ചുതരാം ഞാൻ."

അവൾ കോപത്തോടെ ചീറി.

"എന്റെ കുഞ്ഞനിയത്തിയെ ഞാൻ രക്ഷിക്കും. ഒരു പടുവൃദ്ധയായിക്കഴിഞ്ഞിട്ടായിരിക്കും അവളുടെ മരണം."

ദേഷ്യത്തോടെ ഗിലെം പറഞ്ഞു.

തന്നെ അഴിച്ചുവിടാൻ ആജ്ഞാപിച്ചു കൊണ്ട് മരണ ദേവത തറയിൽ കിടന്നു ഉരുണ്ടു. അവൾ ചീത്തവാക്കുകൾ വിളിച്ചു കൂവുകയും കരയുകയും ചെയ്തു

ഗിലെം ഐവിയുടെ ഒരു തണ്ട് മുറിച്ചെടുത്തു എന്നിട്ട് മോതിരത്തിനോട് തന്നെ എത്രയും പെട്ടെന്ന് വീട്ടിലെത്തിക്കാൻ നിർദ്ദേശം നൽകി. കണ്ണടച്ച് തുറക്കുന്നതിനു മുൻപ് ഗിലെം വീട്ടിലെത്തി. അമ്മയുടെ തേങ്ങലുകളാണ് അവനെ വരവേറ്റത്. സമയം ഒട്ടും പാഴാക്കാതെ അവൻ ചെടിയുടെ നീര് പിഴിഞ്ഞ് മരിയയുടെ വായിലേക്കൊഴിച്ചു.

എന്തൊരദ്ഭുതം!

മരിയ പതുക്കെ കണ്ണുകൾ തുറന്നു. എന്നിട്ട് പറഞ്ഞു.

"അമ്മേ, എനിക്ക് വിശക്കുന്നു."

ദിവസങ്ങളോളമായി വെള്ളംപോലും കുടിക്കാൻ ബുദ്ധിമുട്ടിയിരുന്ന മരിയയുടെ വാക്കുകൾ കേട്ടു വീട്ടുകാർ അമ്പരന്നു. സന്തോഷംകൊണ്ട് അവർ തുള്ളിച്ചാടി. എന്നാലും പെപ്ഡോക്ടറിന്റെ വിദഗ്ധോപദേശം കിട്ടാതെ അവർ അവൾക്ക് ഒന്നും കൊടുത്തില്ല. എല്ലാവരും ഗിലെമിനെ അഭിനന്ദിച്ചു. അച്ഛൻ അവനെ വാരിയെടുത്തു. ബഹളം ഒട്ടൊന്നടങ്ങിയപ്പോൾ അവൻ പറഞ്ഞു.

"ഒരു ആട്ടിൻകുട്ടി കാരണമാണ് എനിക്ക് ഈ ഔഷധച്ചെടി കിട്ടിയത്. എനിക്ക് അതിനോടു നന്ദി പറയണം."

അവൻ ആട്ടിൻകുട്ടിയെ കണ്ടുമുട്ടിയ സ്ഥലത്തേക്ക് പോയി. പക്ഷേ അവിടെയെങ്ങും അതിന്റെ പൊടിപോലും കണ്ടില്ല, ഗിലെം അവിടെയൊക്കെ അതിനെ അന്വേഷിച്ചു അലഞ്ഞു തിരിഞ്ഞു. അവസാനം അവൻ പഴയ കല്ലിൽ വന്നിരുന്നു. എന്നിട്ട് മോതിരത്തോട് പറഞ്ഞു.

"മോതിരമേ, ഇവിടെയുണ്ടായിരുന്ന ആ ആട്ടിൻകുട്ടിയെ ഒന്ന് കൊണ്ട് വരൂ."

ആട്ടിൻകുട്ടി പ്രത്യക്ഷപ്പെട്ടു.

"ഗിലെം, നിനക്കെന്തു വേണം?"

അത് ചോദിച്ചു

"എനിക്ക് നിന്നോട് നന്ദി പറയണം. നീ ശരിക്കും ആരാണെന്ന് എനിക്കറിയാൻ ആഗ്രഹമുണ്ട്."

ഗിലെം പറഞ്ഞു

"ഞാൻ മാന്ത്രികൻ മനോലോയുടെ മകളാണ്."

ആട്ടിൻകുട്ടി പറഞ്ഞു

"എന്റെ പേര് ബ്ലാൻക. ഞാനാണ് ആ മോതിരം നിന്റെ അടുത്തുവച്ചത്. നിന്റെ സങ്കടം കണ്ടപ്പോൾ എനിക്ക് നിന്നെ സഹായിക്കണം എന്ന് തോന്നി."

"എനിക്ക് നിന്നെ നിന്റെ ശരിയായ രൂപത്തിൽ കാണണം. ഇങ്ങനെ ആട്ടിൻകുട്ടിയായിട്ടല്ല."

നിമിഷനേരത്തിനുള്ളിൽ ആട്ടിൻകുട്ടി സുന്ദരിയായ ഒരു ചെറിയ പെൺകുട്ടിയായി മാറി.

"ഓ... നിനക്ക് എന്റെ അനിയത്തിയുടെ പ്രായമേ ഉള്ളൂ. വരൂ എന്റെ വീട്ടിൽ പോയി അവളുമായി കളിക്കാം. അവൾക്ക് ഇപ്പോൾ ഒരു കുഴപ്പവുമില്ല കേട്ടോ. എല്ലാം നീ കാരണമാണ്."

കൃതജ്ഞതയോടെ ഗിലെം പറഞ്ഞു

"ഇതാ നിന്റെ അച്ഛന്റെ മോതിരം."

അവൻ മോതിരം അവളെ ഏൽപ്പിച്ചു. നിമിഷനേരത്തിനുള്ളിൽ ബ്ലാൻക അപ്രത്യക്ഷയായി. കുറച്ചു കാത്തുനിന്ന ശേഷം ഇനിയൊരിക്കലും അവളെ കാണാനാകില്ലെന്നു കരുതി ഗിലെം നടന്നു തുടങ്ങി. അപ്പോഴതാ അവൾ ചിരിച്ചുകൊണ്ട് വീണ്ടും പ്രത്യക്ഷപ്പെട്ടു.

"എന്നെ കാണാതിരുന്നാൽ അച്ഛൻ പരിഭ്രമിക്കും. നിന്റെ വീട്ടിലേക്കു വരികയാണെന്ന് പറഞ്ഞിട്ട് വന്നാൽ പിന്നെ കുഴപ്പമില്ല."

മരിയയുടെ രക്ഷകയെ അവന്റെ വീട്ടുകാർ ഹാർദ്ദവമായി സ്വീകരിച്ചു. അവർ അവളെ വയറു നിറയെ മധുരപലഹാരങ്ങൾ തീറ്റിച്ചു. അച്ഛനുള്ള സമ്മാനമായി ഒരു കൂട നിറയെ കേക്കുകളും പലഹാരങ്ങളുമായി തിരിച്ചു പോകും മുൻപ് എല്ലാ ദിവസവും

തന്റെ പുതിയ കൊച്ചു കൂട്ടുകാരുമായി കളിക്കാനെത്തുമെന്ന് അവൾ വാക്ക് നൽകി.

ഒരു ദിവസം മാന്ത്രികൻ മനോലോ ഗിലെമിന്റെ വീട് സന്ദർശിക്കാനെത്തി. തന്റെ മകളുടെ പുതിയ കൂട്ടുകാരെയും കുടുംബത്തെയും പരിചയപ്പെടാനെത്തിയതായിരുന്നു അയാൾ. ബ്ലാൻക യോട് അവർക്കുള്ള സ്നേഹവും കരുതലും കണ്ടു അയാൾക്ക് വളരെ സന്തോഷമായി. അച്ഛനും മകളും പോകാനിറങ്ങും മുൻപ് മനോലോ തന്റെ മന്ത്രവടി കൊണ്ട് ഒരു അലമാരയിൽ സ്പർശിച്ചു.

"ഞാൻ പോയിക്കഴിഞ്ഞു തുറന്നു നോക്കിയാൽ മതി."

ഒരു കള്ളച്ചിരിയും ചിരിച്ചു മനോലോ മകളെയും കൂട്ടി യാത്രയായി.

അവർ പോയിക്കഴിഞ്ഞു ഗിലെമിന്റെ അച്ഛൻ അലമാര തുറന്നു. അയാളുടെ കണ്ണഞ്ചിപ്പോയി. നിറയെ സ്വർണ്ണനാണയങ്ങൾ! കൂടെ ഒരു കുറിപ്പും.

"മിടുക്കരായ രണ്ടു കുട്ടികൾക്ക് മനോലോയുടെ ഒരു ചെറിയ സമ്മാനം."

('ഈഹ ദെൽമാഗോ' എന്ന സ്പാനിഷ്നാടോടിക്കഥ)

മുറിവേറ്റ സിംഹം

പണ്ടൊരിക്കൽ കാടിനരികിലുള്ള ഒരു കൊച്ചു ഗ്രാമത്തിൽ ലൗറ എന്ന് പേരുള്ള ഒരു അനാഥപ്പെൺകുട്ടി പാർത്തിരുന്നു. വിശപ്പ് സഹിക്കാനാവാതെ പലപ്പോഴും അവൾക്കു ഭിക്ഷ യാചിക്കേണ്ടി വന്നു. കുറച്ചൊന്നു വലുതായപ്പോൾ എന്തെങ്കിലും ഒരു ചെറിയ ജോലി കിട്ടിയാൽ കൊള്ളാം എന്ന് അവൾക്കു തോന്നി.

ഒരു ദിവസം അലഞ്ഞുതിരിഞ്ഞു നടക്കുന്നതിനിടയിൽ പുല്ലു മേഞ്ഞ ഒരു കളപ്പുരയും അതിനോട് ചേർന്ന് ഒരു വീടും അവൾ കണ്ടു. ഒരു വശത്ത് ഒരു വലിയ ചാണകക്കൂമ്പാരം. അലഞ്ഞു നടക്കുന്ന നാലഞ്ച് പശുക്കിടാങ്ങൾ. വലിയ നാലഞ്ച് കച്ചിത്തുറു 'ഇവിടെ എന്തെങ്കിലും ഒരു ചെറിയ ജോലി കിട്ടാതിരിക്കില്ല.' അവൾ കരുതി. പരുങ്ങി നിൽക്കുന്ന ലൗറയെക്കണ്ട് കൃഷി ക്കാരൻ അവൾ അവിടെ എന്തു ചെയ്യുകയാണെന്ന് കർക്കശസ്വര ത്തിൽ അന്വേഷിച്ചു. എന്തെങ്കിലും ജോലി കിട്ടാൻ സാദ്ധ്യത യുണ്ടോ എന്ന് അവൾ പരിഭ്രമത്തോടെ ചോദിച്ചു.

കൃഷിക്കാരൻ ഒന്നാലോചിച്ചിട്ട് പറഞ്ഞു. "നാലഞ്ച് ദിവസം മുൻപാണ് ഇവിടുത്തെ കന്നുകാലികളെ നോക്കുന്ന പയ്യൻ സ്ഥലം വിട്ടത്. നിനക്ക് ആ ജോലി ചെയ്യാമോ? നിന്നെ കണ്ടിട്ട് കഞ്ഞിവെള്ളം കുടിച്ചിട്ട് നാളുകളായതുപോലെ തോന്നുന്നല്ലോ."

അയാളുടെ ദയാപൂർണ്ണമായ വാക്കുകൾ കേട്ടപ്പോൾ ലൗറ യ്ക്ക് ആശ്വാസമായി. കന്നുകാലികളെ നോക്കാൻ തനിക്കിഷ്ട മാണെന്ന് അവൾ പറഞ്ഞു. സ്വാതന്ത്ര്യത്തോടെ കാടും മേടും കയറിയിറങ്ങാൻ കഴിയുന്ന ജോലിയാണല്ലോ എന്നോർത്തപ്പോൾ അവൾക്ക് അല്പം സന്തോഷവും തോന്നി.

ലൗറയ്ക്ക് പുതിയ ജോലി വളരെ ഇഷ്ടമായി. മാസങ്ങൾ കഴിഞ്ഞു. വളരെപ്പെട്ടെന്ന് അവൾ പശുക്കളോട് ഇണങ്ങി. തങ്ങളെ തല്ലുകയും ചീത്ത വിളിക്കുകയും ചെയ്യാത്ത പുതിയ കൊച്ചെജമാനത്തിയെ ആ മിണ്ടാപ്രാണികൾക്കും നന്നേ പിടിച്ചു. തങ്ങളുടെ കാലിനൊപ്പമേ പൊക്കമുള്ളൂ എങ്കിലും അവളുടെ മൃദുസ്വരത്തിലുള്ള ആജ്ഞകൾ അവർ അനുസരിച്ചു.

ഒരു ദിവസം അവൾ പശുക്കളെ മേയാൻ വിട്ടിട്ട് ഒരു മരത്തണലിൽ വിശ്രമിക്കുകയായിരുന്നു. നല്ല പട്ടുപോലെ മൃദുലമായ പുൽത്തകിടിയും കുളിർക്കാറ്റും. ലൗറ അറിയാതെ മയങ്ങിപ്പോയി. പെട്ടെന്ന്! ഒരു ശബ്ദം കേട്ട് അവൾ ഞെട്ടിയുണർന്നു. വീണ്ടും വീണ്ടും ആ ശബ്ദം കേട്ടു. അലർച്ചയാണോ ദീനരോദനമാണോ എന്ന് വേർതിരിച്ചറിയാനാകാത്ത ഒരു ശബ്ദം. അവൾ പതുങ്ങിപ്പതുങ്ങി ശബ്ദം കേൾക്കുന്ന സ്ഥലത്തേക്ക് നടന്നു. മുന്നിൽ കണ്ട കാഴ്ച കണ്ട് അവൾ അമ്പരന്നു. ഒരു സിംഹം! അതങ്ങനെ നീണ്ടുനിവർന്നു കിടക്കുകയാണ്. വേദനയാലെന്ന പോലെ അത് ഇടയ്ക്കിടയ്ക്ക് അലറുകയും നിലത്തു കിടന്നു ഉരുളുകയും ചെയ്യുന്നുണ്ട് .

ലൗറ ഭയന്ന് പോയി. പക്ഷേ സിംഹത്തിന്റെ വേദന കണ്ടിട്ട് അവൾക്ക് അതിനെ ഉപേക്ഷിച്ചു പോകാനും തോന്നിയില്ല. ആക്രമിക്കാനുള്ള ആരോഗ്യം സിംഹത്തിനില്ല എന്ന് തോന്നിയപ്പോൾ പതുക്കെ അവൾ അടുത്തേക്ക് ചെന്നു. ഒരു വലിയ മുള്ള്! അത് അവന്റെ കാല്പത്തിയിൽ തറഞ്ഞിരുപ്പാണ്. നീര് വന്നു വീങ്ങിയിട്ടുണ്ട്. നല്ല വേദനയുണ്ടെന്ന് കണ്ടാലറിയാം. അവൾക്ക് പാവം തോന്നി. നല്ല പേടിയുണ്ടായിരുന്നെങ്കിലും അവൾ അവനെ സഹായിക്കാൻ തീരുമാനിച്ചു.

പതുക്കെ മുള്ള് വലിച്ചൂരിയെടുത്തിട്ട് അവൾ തനിക്കു കുടിക്കാൻ കൊണ്ടുവന്ന വെള്ളം ഉപയോഗിച്ചു അത് നന്നായി കഴുകി. മുറിവുണങ്ങാൻ സഹായിക്കുന്ന ഒരു പച്ചമരുന്ന് അടുത്തുള്ള കുറ്റിക്കാട്ടിൽ കണ്ടു. അതും കുത്തിപ്പിഴിഞ്ഞു മുറിവിലൊഴിച്ചു. പിഞ്ഞിക്കീറിയ ഉടുപ്പിന്റെ അടിവശം വലിച്ചു കീറി തനിക്കറിയാവുന്നതുപോലെയൊക്കെ ചുറ്റിക്കെട്ടി വച്ചു.

തന്നെ സഹായിക്കാനെത്തിയ ആ കൊച്ചുപെൺകുട്ടിയെ സിംഹം അദ്ഭുതത്തോടെ നോക്കി. മുള്ള് വലിച്ചൂരിയപ്പോൾ അവന്റെ വേദനയ്ക്ക് പെട്ടെന്നുതന്നെ ആശ്വാസം തോന്നി. നന്ദി യോടെ തന്റെ അരമുള്ള വലിയ നാവ് കൊണ്ട് സിംഹം അവ ളുടെ കാലിൽ നക്കി.

"അനങ്ങാതെ കിടക്കണം കേട്ടോ. നീ എന്റെ പശുക്കളെ പേടിപ്പിച്ചു. ഞാൻ പോയി അവയെ നോക്കട്ടെ."

സ്നേഹപൂർവ്വം സിംഹത്തിന്റെ തലയിൽ തലോടിയിട്ട് അവൾ പശുക്കളെ നോക്കാനോടി. അവിടം മുഴുവൻ പരതിയിട്ടും അവൾക്ക് അവയെ കണ്ടെത്താനായില്ല. നേരം ഇരുട്ടുന്നതുവരെ അവൾ ആ കുന്നിൻചരുവിൽ അലഞ്ഞു തിരിഞ്ഞു. പശുക്കളി ല്ലാതെ തിരിച്ചെത്തിയാൽ ഉണ്ടാകുന്ന പ്രത്യാഘാതം അവൾക്കു നന്നായി അറിയാമായിരുന്നു. തിരിച്ചെത്തിയപ്പോൾ പ്രതീക്ഷി ച്ചതുപോലെ കൃഷിക്കാരൻ അവളെ ചീത്ത വിളിച്ചുകൊണ്ട് കാലി കളെ മേയ്ക്കുന്ന കമ്പുകൊണ്ട് തലങ്ങും വിലങ്ങും അടിച്ചു.

അടുത്ത ദിവസം മുതൽ ലൗറയ്ക്ക് ആടുകളെ മേയ്ക്കുന്ന ജോലിയാണ് കിട്ടിയത്. എല്ലാ ദിവസവും അവൾ ആടുകളെ മേയ്ക്കാൻ കൊണ്ടു പോയി. അവയ്ക്ക് ഭക്ഷണവും വെള്ളവും തയ്യാറാക്കി. പശുക്കളെപ്പോലെ ആടുകളും അവളെ ഇഷ്ടപ്പെട്ടു. ആ സിംഹത്തെപ്പറ്റി അവൾ ഓർക്കാറുണ്ടായിരുന്നു. അവനെ പ്പിന്നെ കണ്ടതേയില്ലല്ലോ എന്നോർത്ത് അവൾ സങ്കടപ്പെട്ടു.

ഒന്നുരണ്ടു വർഷങ്ങൾക്കുശേഷം ലൗറ വീണ്ടും ആ സിംഹത്തെ കണ്ടുമുട്ടി. പഴയപോലെയുള്ള അലർച്ച കേട്ടപ്പോൾ അവൾ വീണ്ടും ഓടിപ്പോയി നോക്കി. അവൻ തന്നെ. ഇത്തവണ മുഖത്താണ് മുറിവ്. ആരോടോ തല്ലു കൂടിയതാണെന്ന് വ്യക്തം. വേദനകൊണ്ട് പുല്ലിൽ കിടന്ന് ഉരുളുകയാണ്. ഇത്തവണ അവൾക്കു പേടി തോന്നിയതേയില്ല. കുറെ പച്ചമരുന്നുകൾ പറി ച്ചെടുത്തുകൊണ്ട് അവൾ സിംഹത്തിന്റെ സമീപത്തെത്തി. അവളെ കണ്ടപ്പോൾ അവനു ആശ്വാസമായതുപോലെ.

'അടങ്ങിക്കിടക്ക്' എന്ന് ശാസിച്ചുകൊണ്ട് അവൾ മുറിവ് വൃത്തിയാക്കാൻ തുടങ്ങി. കഴിഞ്ഞ തവണ അവൻ കാരണം

69

തനിക്കു കിട്ടിയ അടിയെപ്പറ്റി മുറിവ് വച്ചു കെട്ടുന്നതിനിടയ്ക്ക് അവൾ പരാതി പറഞ്ഞുകൊണ്ടേയിരുന്നു. അവളുടെ കാലുകൾ നക്കിത്തുടച്ചുകൊണ്ട് അവൻ ശാന്തനായി കിടന്നു.

ജോലി കഴിഞ്ഞപ്പോഴാണ് അവൾ ആടുകളെക്കുറിച്ചോർത്തത്. പരിഭ്രാന്തിയോടെ ലൗറ അവയെ തിരയാൻ തുടങ്ങി. ഓരോ ആടുകളുടെയും ഓമനപ്പേര് വിളിച്ചുകൊണ്ട് അവൾ അവിടെയാകെ അലഞ്ഞു തിരിഞ്ഞു. ഒരു പ്രയോജനവുമുണ്ടായില്ല. സന്ധ്യ മയങ്ങിയപ്പോൾ പൊടി പിടിച്ച ശരീരവും കണ്ണീരുണങ്ങിപ്പിടിച്ച കവിളുകളുമായി അവൾ മടങ്ങിയെത്തി. നേരമിരുട്ടിയതുകൊണ്ട് കൃഷിക്കാരൻ അവളെയും കാത്തു വാതിൽക്കൽ തന്നെ നിൽപ്പുണ്ടായിരുന്നു. ആടുകളെക്കാണാനില്ലെന്നറിഞ്ഞു അയാൾ ദേഷ്യംകൊണ്ട് കുരച്ചു ചാടി. എന്നിട്ട് കൈയിൽ കിട്ടിയ ഒരു മുട്ടൻ വടിയെടുത്ത് അവളെ പ്രഹരിക്കാൻ തുടങ്ങി. "നാളെ മുതൽ നീ പന്നികളുടെ കൂടെയാണ്." അയാൾ മുരണ്ടു.

ലൗറയ്ക്ക് പന്നികളെ ഇഷ്ടമേയല്ലായിരുന്നു. അവയുടെ വൃത്തികേടും ആർത്തിയും നിറഞ്ഞ സ്വഭാവത്തെ അവൾ വെറുത്തു. പക്ഷേ അവയെ നോക്കാൻ കുറച്ചുകൂടി എളുപ്പമായിരുന്നു. എല്ലാദിവസവും അവൾ പന്നികളുമായി പുൽമേട്ടിലേക്ക് പോയി. തഴച്ചുവളർന്നു നിൽക്കുന്ന പുല്ലും ഉറവകളിലെ വെള്ളവും ഒക്കെയായി പന്നികൾ കൊഴുത്തു തടിച്ചു. ഒരുപാടു പന്നിക്കുഞ്ഞുങ്ങളെയും വിൽക്കാൻ പാകമായ മൂത്ത പന്നികളെയും കണ്ടു കൃഷിക്കാരനും അവളോടുള്ള ദേഷ്യം അല്പം കുറഞ്ഞു. പന്നിയിറച്ചിയും കൊഴുപ്പും കുരുമുളകിട്ടുണക്കിയ സോസേജുകളും വിറ്റു അയാൾ കുറച്ചു പണമൊക്കെയുണ്ടാക്കാൻ തുടങ്ങി.

ജീവിതം ശാന്തമായി മുന്നോട്ടു പൊയ്ക്കൊണ്ടിരിക്കുകയായിരുന്നു. കാലം അവളിലും മാറ്റങ്ങൾ വരുത്തി. മെലിഞ്ഞുണങ്ങിയ പഴയ കൊച്ചു പെൺകുട്ടിയല്ല അവളിന്ന്. അതിസുന്ദരിയായ ഒരു കുമാരിയായി ലൗറ മാറിക്കഴിഞ്ഞു.

ഒന്നുരണ്ടു വർഷത്തിനു ശേഷം അവൾ വീണ്ടും അവളുടെ സുഹൃത്തിനെ കണ്ടുമുട്ടി. ദേഹമാസകലം മുറിവുകളുമായി ഞരങ്ങിയും മൂളിയും ഒരു മരച്ചുവട്ടിൽ കിടക്കുകയായിരുന്നു

അവൻ. അവൻ മരിച്ചുകൊണ്ടിരിക്കുകയാണെന്ന് അവൾക്കു തോന്നി.

'നീ എന്നെ കുഴപ്പത്തിലാക്കും' എന്ന് മന്ത്രിച്ചുകൊണ്ട് അവൾ അവനെ ശുശ്രൂഷിക്കാൻ തുടങ്ങി. അവന്റെ ശരീരം മുഴുവൻ മുറിവുകളായിരുന്നു. ഏറെ നേരമെടുത്തു അവയെല്ലാം വൃത്തി യാക്കി മരുന്ന് വെയ്ക്കാൻ.

ജോലി കഴിഞ്ഞു അവൾ പോകാനെഴുന്നേറ്റപ്പോൾ സിംഹം അവളോട് മന്ത്രിച്ചു. "നീ എന്റെ കൂടെ അല്പനേരം ഇരിക്ക്." ഭയപ്പാടോടെ അവൾ പറഞ്ഞു. "എനിക്ക് പന്നികളെ നോക്കണം. കഴിഞ്ഞ രണ്ടു തവണയും നീ കാരണം എനിക്ക് ഒരുപാട് അടി കിട്ടി." തിരിഞ്ഞുനോക്കാതെ അവൾ പന്നികളെ തിരഞ്ഞു കാട്ടി ലേക്ക് ഓടി. ആ തടിയൻ ശരീരവും വച്ച് അവ അധികദൂരമൊന്നും പോയിരിക്കാൻ ഇടയില്ലെന്ന് അവൾക്ക് അറിയാമായിരുന്നു. പക്ഷേ പന്നികളുടെ ഒരു അടയാളവും കണ്ടില്ല. വിസിലടിച്ചും കൂവിയും അവൾ അവയെ വിളിക്കാൻ ശ്രമിച്ചു. ചില പക്ഷി കളുടെ ശബ്ദമല്ലാതെ മറ്റൊരു മറുപടിയും അവൾ കേട്ടില്ല.

തളർന്നു കുഴഞ്ഞ് അവൾ ഉണക്കയിലകളുടെ പുറത്തേക്ക് വീണു പോയി. അവിടെക്കിടന്ന് അവൾ വാവിട്ടു കരഞ്ഞു. പന്നി കളില്ലാതെ വീട്ടിലേക്കു തിരിച്ചുചെന്നാലുണ്ടാകുന്ന അവസ്ഥ യോർത്ത് ലൗറയ്ക്കു ബോധം നഷ്ടപ്പെടുന്നതുപോലെ തോന്നി. കുറെ നേരം അവിടെ ചുരുണ്ടുകൂടി കിടന്നിട്ട് അവൾ എഴുന്നേറ്റു. കരഞ്ഞിട്ടെന്തു കാര്യം? അവൾ വീണ്ടും പന്നികളെ അന്വേഷിച്ചു നടക്കാൻ തുടങ്ങി.

പെട്ടെന്ന് അവൾക്ക് ഒരു ആശയം തോന്നി. നല്ല ഉയരമുള്ള ഒരു മരത്തിൽ കയറിയാൽ കുറെ ദൂരം വരെ കാണാൻ കഴി ഞ്ഞേക്കും. അങ്ങനെ ലൗറ അവിടെ നിന്ന ഏറ്റവും ഉയരം കൂടിയ മരത്തിൽവലിഞ്ഞു കയറി. ഏറ്റവും മുകളിലെത്തിക്കഴിഞ്ഞു അവൾ ചുറ്റുപാടും നോക്കി. ആ പന്നികളുടെ പൊടിപോലു മില്ല!

ഇറങ്ങാൻ തുടങ്ങവേ മരങ്ങൾക്കിടയിലൂടെ ആരോ നടന്നു വരുന്നതു പോലെ അവൾക്കു തോന്നി. ശ്വാസമടക്കിപ്പിടിച്ചു

71

കൊണ്ട് അവൾ അവിടെത്തന്നെയിരുന്നു. അതിസുന്ദരനായ ഒരു യുവാവായിരുന്നു അത്. അവളിരുന്ന മരത്തിനു ചുവട്ടിലെത്തിയപ്പോൾ അയാൾ ചുറ്റുമൊന്നു നോക്കി. എന്നിട്ട് അവിടെക്കണ്ട ഒരു വലിയ പാറക്കല്ല് വലിച്ചു നീക്കിയിട്ട് അതിനടിയിൽ മറഞ്ഞു.

പെൺകുട്ടി കണ്ണുതിരുമ്മി വീണ്ടും നോക്കി. ആയാസം നിറഞ്ഞ പകൽ കാരണം താൻ ദിവാസ്വപ്നം കാണുകയാണെന്ന് അവൾക്കു തോന്നി. "എന്തായാലും അവൻ തിരിച്ചുവരുന്നതുവരെ ഞാൻ ഇവിടെനിന്നും അനങ്ങാൻ പോകുന്നില്ല." അവൾ മരക്കൊമ്പിൽ ചാരിയിരുന്നു മയങ്ങി. വിശപ്പും ദാഹവും ക്ഷീണവുംമൂലം അവൾ ബോധം കെട്ടതുപോലെ ഉറങ്ങിപ്പോയി. മരച്ചുവട്ടിലെന്തോ അനക്കം കേട്ടാണ് അവൾ ഉണർന്നത്. പാറയുടെ പിന്നിൽ നിന്ന് സിംഹം പുറത്തു വരുന്നത് അവൾ കണ്ടു. അവൻ ദൂരെ മറഞ്ഞപ്പോൾ ലൗറ പതുക്കെ താഴെയിറങ്ങി. ചുറ്റുപാടുമൊന്നു നോക്കിയിട്ട് അവൾ അവശേഷിക്കുന്ന എല്ലാ ശക്തിയും ഉപയോഗിച്ച് ആ പാറ തള്ളി നീക്കി. ഒരു ചെറിയ തുരങ്കം! അതിനുള്ളിൽ ഒരു പ്രകാശം അവൾ കണ്ടു. ധൈര്യം സംഭരിച്ചു അവൾ അകത്തു കടന്നു. ചെറുതും ഒതുക്കമുള്ളതുമായ ഒരു വീടിന്റെ ഉള്ളിലാണ് അവൾ എത്തിപ്പെട്ടത്. ആകെ പൊടിപിടിച്ചും അലങ്കോലപ്പെട്ടും കിടന്നിരുന്നു അതിനകം. ചുറ്റുമൊന്നു പരതിയപ്പോൾ അടുത്തു കിടന്ന മേശപ്പുറത്തു കുറെ ഭക്ഷണ സാധനങ്ങൾ അവൾ കണ്ടെത്തി. വിശന്നു വലഞ്ഞിരുന്ന ലൗറ വയറു നിറയെ ഭക്ഷണം കഴിച്ചു. വിശപ്പ് തീർന്ന് അൽപ്പം സ്വസ്ഥമായപ്പോൾ ആ വീട് ഒന്ന് അടുക്കിവയ്ക്കാൻ അവൾ തീരുമാനിച്ചു. തറയും മേശപ്പുറവും ഒക്കെ വെള്ളം നനച്ചു തുടച്ചു വൃത്തിയാക്കി. മുഷിഞ്ഞു കിടന്ന തുണികളൊക്കെ അലക്കിയിട്ടു. അലമാരകൾ അടുക്കിപ്പെറുക്കി. ജോലിയെല്ലാം കഴിഞ്ഞപ്പോൾ അവൾക്കു സന്തോഷമായി. വീടിനകത്തൊരു പ്രകാശം വന്നത് പോലെ.

മേശപ്പുറത്തു നിന്നും ഒരു ആപ്പിളെടുത്തു കീശയിലാക്കിക്കൊണ്ട് അവൾ പുറത്തിറങ്ങി. പഴയതുപോലെ പാറ നിരക്കി തുരങ്കം മൂടിയിട്ട് അവൾ മരത്തിൽ വലിഞ്ഞു കയറി. സന്ധ്യ മയങ്ങിത്തുടങ്ങിയപ്പോൾ ആ ചെറുപ്പക്കാരൻ നടന്നുവരുന്നത്

അവൾ കണ്ടു. അയാൾ മരച്ചുവട്ടിലെത്തി പാറ നിരക്കി മാറ്റി അതിനടിയിൽ അപ്രത്യക്ഷനായി.

അടുത്ത ദിവസം രാവിലെ സിംഹം പുറത്തു വന്നു. ചുറ്റു പാടും സംശയത്തോടെ തുറിച്ചു നോക്കിക്കൊണ്ട് അവൻ അവിടെ കുറേനേരം ചുറ്റിപ്പറ്റി നിന്നു. എന്നിട്ട് മരങ്ങൾക്കിട യിൽ അപ്രത്യക്ഷനായി

രണ്ടു ദിവസം ഇത് ആവർത്തിച്ചു. എല്ലാ ദിവസവും സിംഹം പുറത്തുപോയിക്കഴിഞ്ഞ് അവൾ വീട്ടിനകത്ത് കയറും. വീടെല്ലാം നന്നായി വൃത്തിയാക്കി വയറു നിറയെ ആഹാരവും കഴിച്ചു കീശ നിറയെ ഭക്ഷണസാധനങ്ങളുമായി അവൾ തിരിച്ചു മര ക്കൊമ്പിലെത്തും.

മൂന്നാമത്തെ ദിവസം അവൾക്കു മടുപ്പ് തോന്നി. എന്താണി തൊക്കെ എന്ന് അവനോടു തന്നെ ചോദിക്കാൻ ലൗറ തീരു മാനിച്ചു. അന്ന് വൈകുന്നേരം ദൂരെനിന്ന് ചെറുപ്പക്കാരൻ നടന്നു വരുന്നത് കണ്ട് ലൗറ മരത്തിൽ നിന്ന് താഴെയിറങ്ങി. അവിശ്വ സനീയതയും സന്തോഷവും കലർന്ന ഭാവത്തോടെ അയാൾ അവളെ നോക്കിനിന്നു.

എന്താണവിടെ ചെയ്യുന്നതെന്നുമുള്ള അവളുടെ ചോദ്യ ങ്ങൾക്ക് മറുപടിയായി യുവാവ് അയാളുടെ കഥ അവളെ പറഞ്ഞു കേൾപ്പിച്ചു. അടുത്ത രാജ്യത്തെ രാജകുമാരനാണ് അയാൾ. ഈ മലയുടെ മുകളിൽ ഒരു മന്ത്രവാദിനി താമസിക്കുന്നുണ്ട്. ആ മലമുകളിൽ ഒരു കാവൽ ഗോപുരം സ്ഥാപിക്കണം എന്ന് രാജാവ് തീരുമാനിച്ചു. ഗോപുരം സ്ഥാപിക്കുന്നതിന് മുൻപ് മലമുകളിൽ കയറി സ്ഥിതിഗതികൾ പരിശോധിക്കാൻ വേണ്ടി രാജകുമാരനെ ചുമതലപ്പെടുത്തി. സാഹസികനായ രാജകുമാരൻ ഒരു ദിവസം ഒറ്റയ്ക്ക് യാത്രതിരിച്ചു. വളരെ അപകടകരമായ വഴികളായിരു ന്നെങ്കിലും മലമുകളിലെത്താൻ രാജകുമാരനു സാധിച്ചു. അവിടെ ഒരു കുടിൽ കണ്ട് അയാൾ അമ്പരന്നു. ആൾത്താമസമില്ലാത്ത ഈ മലയിലെ മുകളിൽ കൊടുംകാടിനു നടുവിൽ ഒരു കുടിൽ! ആരാണിവിടെ താമസിക്കുന്നത് എന്നറിയാൻ അയാൾക്ക് ആഗ്രഹം തോന്നി. ആ കുടിലിന് ആകെയുണ്ടായിരുന്ന ഒരു ജനലിലൂടെ എത്തിനോക്കിയ അവൻ കണ്ടത് തന്നെ തുറിച്ചു

നോക്കുന്ന ഒരു പടുകിഴവിയെയാണ്. മന്ത്രവാദിനിക്ക് ഈ ക്ഷണിക്കാതെ എത്തിയ അതിഥിയെ ഒട്ടും ഇഷ്ടമായില്ല. തന്റെ ഏകാന്തമായ സൈ്വര്യജീവിതത്തിനു ഭംഗം വരുത്തിയ ആ ശല്യക്കാരനെ അവർ ശപിച്ചു. പകൽ മുഴുവൻ ഒരു സിംഹമായും രാത്രി മനുഷ്യരൂപത്തിലും നടക്കാൻ രാജകുമാരൻ വിധിക്കപ്പെട്ടു. ഈ മന്ത്രവാദിനി തന്നെയാണ് അവനെ സഹായിച്ച ദേഷ്യം കൊണ്ട് അവളുടെ പശുക്കളെയും ആടുകളെയും പന്നികളെയും മോഷ്ടിച്ചത്.

ഈ കഥ കേട്ടപ്പോൾ അവൾക്കു വിഷമം തോന്നി. എന്താണ് ശാപമുക്തിക്കുള്ള പോംവഴി എന്ന് അവൾ ആരാഞ്ഞു. അവൻ പറഞ്ഞു. "ഈ കാടിനപ്പുറത്ത് ഒരു രാജ്യമുണ്ട്. അവിടുത്തെ രാജകുമാരിക്കു തറയിൽ മുട്ടുംവരെ നീളമുള്ള തലമുടിയുണ്ട്. ആ തലമുടിയിൽനിന്ന് ഒരു ചുരുൾ കൊണ്ട് ഒരു വസ്ത്രമുണ്ടാക്കി മന്ത്രവാദിനിക്കു കാഴ്ച വയ്ക്കണം.

ലൗറയ്ക്കു സന്തോഷമായി. ഇത് അസാദ്ധ്യമായ ഒരു കാര്യമല്ല എന്ന് അവൾക്കു തോന്നി. അവൾ കാടിനപ്പുറത്തെ രാജ്യത്തേക്ക് യാത്ര പുറപ്പെട്ടു. കൊട്ടാരത്തിലെ പരിചാരകരുടെ മേലാവിയെക്കണ്ട് അവൾ എന്തെങ്കിലും ജോലി കിട്ടാനുള്ള സാധ്യത ആരാഞ്ഞു. പെൺകുട്ടിയുടെ രൂപ സൗകുമാര്യവും മൃദുവായ പെരുമാറ്റവും കണ്ട് അയാൾ അവളെ ജോലിക്കെടുത്തു.

എല്ലാ ദിവസവും ലൗറ അവളുടെ മുടി പുതിയ രീതികളിൽ കെട്ടിവെയ്ക്കാൻ തുടങ്ങി. എല്ലാവരും അവളുടെ തലമുടിയെ പുകഴ്ത്തിപ്പറഞ്ഞു. ചുരുളുകളും പിന്നലുകളുമായി അവളുടെ തല ഒരു പൂക്കൂടപോലെ ശോഭിച്ചു. ഒരു ദിവസം ഇത് രാജകുമാരി കാണാനിടയായി. ഉടനെതന്നെ അവളെ രാജകുമാരി വിളിപ്പിച്ചു. തന്റെ തലമുടിയും അതുപോലെ അലങ്കരിക്കാമോ എന്ന് അന്വേഷിച്ചു. കേൾക്കാത്ത താമസം ലൗറ ഒരു സൂര്യകാന്തിപ്പൂവിന്റെ മാതൃകയിൽ രാജകുമാരിയുടെ തലമുടി അലങ്കരിച്ചുകൊടുത്തു. തന്റെ തലമുടിയുടെ പുതിയ രൂപം കണ്ടു സംതൃപ്തയായ രാജകുമാരി ലൗറയെ തന്റെ സ്ഥിരം കേശസംവിധാന വിദഗ്ധയായി നിയമിച്ചു.

ലൗറ തന്റെ ജോലി നന്നായി നിർവ്വഹിച്ചു. ഔഷധക്കൂട്ടുകളിട്ട് കാച്ചിയെടുത്ത സുഗന്ധഎണ്ണകൾ തേച്ചുപിടിപ്പിച്ചും ചീകിയൊതുക്കിയും അവൾ രാജകുമാരിയുടെ തലമുടിയെ നന്നായി പരിചരിച്ചു. അത് നന്നായി തഴച്ചു വളരാൻ തുടങ്ങി. ഒരു ദിവസം രാജകുമാരി അവളോട് ചോദിച്ചു,

"നീ നിന്റെ ജോലി വളരെ ഭംഗിയായി ചെയ്യുന്നുണ്ട്. നിനക്ക് എന്തെങ്കിലും സമ്മാനം തരണം എന്ന് എനിക്കുണ്ട്. നിനക്ക് എന്താണ് വേണ്ടത്?"

ലൗറ പറഞ്ഞു, "എനിക്ക് മറ്റൊന്നും വേണ്ട. ഒരു ചുരുൾ മുടി മാത്രം മതി."

രാജകുമാരി ഞെട്ടിപ്പോയി. തന്റെ തലമുടിയെ അവർ അത്രയേറെ സ്നേഹിച്ചിരുന്നു. ഒടുവിൽ അവർ പറഞ്ഞു. "ശരി. നിനക്ക് ഞാൻ ഒരു ചുരുൾ മുടി തരാം. പകരം നീ എനിക്ക് ലോകത്തിലേക്ക് ഏറ്റവും സുന്ദരനും സൽസ്വഭാവിയുമായ ഒരു രാജകുമാരനെ കൊണ്ടുവന്നു തരണം."

ലൗറ സമ്മതിച്ചു.അവൾ ഒരു ചുരുൾ മുടി മുറിച്ചെടുത്തു. എന്നിട്ട് അതുകൊണ്ട് പട്ടുപോലെ മിനുസമാർന്ന ഒരു വസ്ത്രം നെയ്തെടുത്തു. അതുമായി അവൾ കാട്ടിലേക്ക് തിരിച്ചുപോയി. രാജകുമാരനു വളരെ സന്തോഷമായി. അവൻ പറഞ്ഞു "നിന്നെ ഞാൻ മുതുകത്തേറ്റി മലയുടെ മുകളിലെത്തിക്കാം. കുടിലിനു കുറെ ദൂരെ നിന്ന് തന്നെ നീ വിളിച്ചു കൂവണം. നീ ആരാണെന്നും എന്തിനു വന്നു എന്നും. ഇല്ലെങ്കിൽ ആ തള്ള നിന്നെയും ശപിക്കും."

അങ്ങനെ സിംഹപ്പുറത്തേറി ലൗറ മലമുകളിലെത്തി. മരങ്ങൾക്കപ്പുറത്ത് കുടിലിന്റെ പുകക്കുഴൽ കണ്ടപ്പോൾ സിംഹം പറഞ്ഞു.

"ഇനിയങ്ങോട്ട് ഞാനില്ല. നീ കുറെ ദൂരെ നിന്ന് അവരെ വിളിക്കണം. പുറത്തു വരുമ്പോൾ ഉടുപ്പ് കൊടുത്തിട്ട് കാര്യം പറയണം. കുഴപ്പത്തിലെങ്ങും ചാടല്ലേ."

ലൗറ നടന്നകലുന്നത് അവൻ ആശങ്കയോടെ നോക്കിനിന്നു.

എന്നാൽ അവൾക്ക് ഒട്ടും പേടി തോന്നിയില്ല. വീടിനടുത്തെത്തിയപ്പോൾ അവൾ വിളിക്കാൻ തുടങ്ങി.

"അമ്മൂമ്മേ... ഒന്ന് പുറത്തു വരാമോ? ഞാൻ ഒരു സമ്മാനം കൊണ്ടുവന്നിട്ടുണ്ട്."

മന്ത്രവാദിനി പുറത്തുവന്നു. അവരെക്കണ്ടാൽ ആയിരം വർഷം എങ്കിലും പ്രായം തോന്നിക്കും. തൂങ്ങിക്കിടക്കുന്ന തൊലി. നരച്ചു നരച്ചു മഞ്ഞുപോലെയായ തലമുടി. കൈയിൽ ഒരു ഊന്നുവടിയുമുണ്ട്.

"എന്താ കൊച്ചേ? നീ ആ സിംഹത്തിന്റെ കൂട്ടുകാരിയല്ലേ? നീ എന്തിനാ കിടന്ന് അലറുന്നത്?"

അവരുടെ സൗമ്യമായ ചോദ്യം കേട്ടപ്പോൾ ലൗറയ്ക്ക് ആശ്വാസമായി. അവൾ പറഞ്ഞു:

"ഞാൻ അമ്മൂമ്മയ്ക്ക് ഒരു സമ്മാനവുമായി വന്നതാ."

തൂവൽപോലെ മൃദുലമായ, പട്ടുപോലെ മിനുസമാർന്ന ആ ഉടുപ്പ് കണ്ടപ്പോൾ മന്ത്രവാദിനിക്ക് സന്തോഷമായി.

"പറഞ്ഞോ... നിനക്ക് എന്തുവേണം പകരമായി?"

ലൗറ പറഞ്ഞു

"അമ്മുമ്മേ... എനിക്ക് ഒന്നും വേണ്ട... ആ പാവം രാജകുമാരന്റെ ശാപം തിരിച്ചെടുക്കാമോ? അതു മാത്രം മതി."

അവർ കുറച്ചു നിമിഷങ്ങൾ അവളെ നോക്കി നിന്നു. എന്നിട്ട് പറഞ്ഞു:

"ശരി. ഞാൻ അവന്റെ ശാപം തിരിച്ചെടുക്കാം. പക്ഷേ നീ ഞാൻ പറയുന്നതുപോലെ അനുസരിക്കണം. എന്നാലേ അവൻ ശാപമുക്തനാവുകയുള്ളൂ."

മന്ത്രവാദിനി പറയുന്നതുപോലെ ചെയ്തുകൊള്ളാം എന്ന് അവൾ ഏറ്റു.

"നീ അവനെ കഴുത്തു മുറിച്ചു കൊല്ലണം. എന്നിട്ട് ചെറിയ കഷണങ്ങളായി മുറിക്കണം. ആ കഷണങ്ങൾ കത്തിച്ചു ചാരം നദിയിൽ ഒഴുക്കണം. അപ്പോൾ കാണാം ശാപമുക്തനായി നിന്റെ രാജകുമാരൻ നദിയിൽ നിന്നും ഉയർത്തെഴുന്നേൽക്കുന്നത്."

ലൗറ നടുങ്ങിപ്പോയി. കരഞ്ഞുകൊണ്ട് അവൾ തിരിച്ചോടി. പുറകിൽ മന്ത്രവാദിനി വിളിച്ചു കൂവുന്നത് അവൾക്കു കേൾക്കാമായിരുന്നു

"നിനക്ക് അവനെ വേണമെന്നുണ്ടെങ്കിൽ ഞാൻ പറഞ്ഞതു പോലെ ചെയ്യണം. അല്ലെങ്കിൽ ഒരിക്കലും നിനക്കവനെ കിട്ടാൻ പോകുന്നില്ല! ഒരിക്കലും കിട്ടാൻ പോകുന്നില്ല!"

ലൗറ കരഞ്ഞുകൊണ്ട് തിരിച്ചുവരുന്നത് കണ്ടു സിംഹം അമ്പരന്നു. പക്ഷേ കാര്യം അറിഞ്ഞപ്പോൾ അവൻ അവളെ ആശ്വസിപ്പിച്ചു. ഈ കഷ്ടപ്പാടിൽ നിന്ന് രക്ഷപ്പെടാൻ വേറൊരു മാർഗ്ഗം ഇല്ല എന്ന സത്യം അവൻ അവളെ പറഞ്ഞു ബോദ്ധ്യപ്പെടുത്തി.

ഗുഹയിൽ തിരിച്ചെത്തിയ ശേഷം സിംഹം ഒരു മൂർച്ച കൂടിയ കത്തി തിരഞ്ഞെടുത്ത് അവളെ ഏൽപ്പിച്ചു. എല്ലാ ധൈര്യവും സംഭരിച്ചു ലൗറ ഒറ്റവെട്ട്! കഴുത്തു മുറിഞ്ഞു മരിച്ചുവീണ സിംഹത്തെ അവൾ ചെറുതായി നുറുക്കി കത്തിച്ചു. ചാരമെല്ലാം ശേഖരിച്ചു കൊണ്ട് അവൾ നദിക്കരയിലേക്ക് നടന്നു. പ്രാർത്ഥിച്ചു കൊണ്ട് ലൗറ ചാരം വെള്ളത്തിൽ കലക്കി.

എന്തദ്ഭുതം! അതാ വെള്ളത്തിൽ നിന്ന് യുവാവ് ഉയർന്നു വരുന്നു! അവൻ ഓടി വന്നു ലൗറയെ കെട്ടിപ്പിടിച്ചു. ഒരുപാടു നന്ദിവാക്കുകൾക്ക് ശേഷം മടിച്ചു മടിച്ചു തന്റെ ഭാര്യയാകാൻ ഇഷ്ടമാണോ എന്ന് അവൻ അവളോട് ചോദിച്ചു. മറുപടിയായി ലൗറയ്ക്ക് കണ്ണുനീർ മാത്രമാണുണ്ടായിരുന്നത്. അവന്റെ പരിഭ്രമം കലർന്ന ചോദ്യങ്ങൾക്ക് മറുപടിയായി അവൾ രാജകുമാരിക്ക് നൽകിയ വാഗ്ദാനത്തെക്കുറിച്ചു പറയേണ്ടി വന്നു.

എന്നാൽ ഇതുകേട്ട് അവൻ പൊട്ടിച്ചിരിക്കുകയാണ് ചെയ്തത്.

"ഓഹോ... രാജകുമാരി അങ്ങനെ പറഞ്ഞോ? എന്നാൽ നമുക്ക് നേരിട്ട് തന്നെ ചോദിച്ചു കളയാം."

കാര്യം മനസ്സിലാകാതെ ലൗറ അമ്പരന്നു. അവളുടെ കയ്യും പിടിച്ചു അവൻ കൊട്ടാരത്തിലേക്ക് നടന്നു.

അവരെ കണ്ടപ്പോൾ രാജാവും രാജ്ഞിയും രാജകുമാരിയും ഓടിയെത്തി. ആനന്ദക്കണ്ണീരോടെ അവർ അവനെ കെട്ടിപ്പിടിച്ചു.

77

പതുക്കെയാണ് ലൗറയ്ക്ക് കാര്യം മനസ്സിലായത്. വർഷങ്ങൾക്കു മുൻപ് കാണാതായ രാജാവിന്റെ മൂത്ത പുത്രനെയാണ് താൻ ശാപത്തിൽനിന്നും രക്ഷപ്പെടുത്തിയത്.

ലൗറയെ രാജകുമാരൻ വിവാഹം കഴിക്കുന്നതിൽ രാജദമ്പതി കൾക്ക് ഒരു എതിർപ്പും ഉണ്ടായിരുന്നില്ല. രാജ്യം മുഴുവൻ അവരുടെ വിവാഹം ആഘോഷിച്ചു. ലൗറ രാജകുമാരനോടൊപ്പം ഒരുപാട് നാൾ സസന്തോഷം ജീവിച്ചു.

(എൽലെയോൺഏറിദോ എന്ന സ്പാനിഷ്നാടോടിക്കഥ)

വെള്ളിമണികൾ

പൈൻ മരക്കൂട്ടത്തിനിടയിലൂടെ അലഞ്ഞുതിരിയുകയായിരുന്നു എൽസ. അവൾക്ക് വല്ലാത്ത പേടിയും വിശപ്പും തോന്നി. ദൂരെ കടലിന്റെ തിളക്കം കാണാമായിരുന്നു. പൂഴിയിൽ ആഴ്ന്നു പോകുന്ന തളർന്ന കാലുകളെ വലിച്ചിഴച്ചുകൊണ്ട് അവൾ കടൽ ത്തീരത്തേക്ക് നടന്നു.

നിറയെ ചിപ്പികളും ശംഖുകളും ചിതറിക്കിടന്നിരുന്ന ശാന്ത മായ ഒരു കടൽത്തീരമായിരുന്നു അത്. വെള്ളത്തിലിറങ്ങി കാലുകൾ നനയ്ക്കാം എന്ന് അവൾക്കു തോന്നിയെങ്കിലും ഒരിക്കലും കടലിലിറങ്ങരുതെന്ന് അച്ഛൻ പറഞ്ഞത് എൽസ ഓർത്തു.

അച്ഛനെ ഓർത്തതും അവളുടെ കണ്ണുകൾ നിറഞ്ഞു. അദ്ദേഹം മരിച്ചുപോയിരുന്നു. സിൽവർ ദ്വീപുകളുടെ രാജാവാ യിരുന്നു എൽസയുടെ അച്ഛൻ. തന്റെ നന്മയും കാര്യ പ്രാപ്തിയും മൂലം ജനങ്ങളുടെ പ്രിയങ്കരനായിരുന്നു അദ്ദേഹം. രാജാവിന്റെ ഒരേയൊരു മകളായിരുന്നു അവൾ. അദ്ദേഹത്തിന്റെ മരണ ശേഷം എൽസയുടെ അമ്മ രണ്ടാമത് വിവാഹം കഴിച്ചു. രണ്ടാം വിവാഹത്തിൽ ഒരു ആൺകുട്ടി ഉണ്ടായതോടെ അമ്മയ്ക്ക് അവളിലുണ്ടായിരുന്ന താത്പര്യം നശിച്ചു. പുത്രനെ എങ്ങനെ യെങ്കിലും കിരീടാവകാശി ആക്കണം എന്ന ലക്ഷ്യം പ്രാപിക്കാൻ എൽസയെ ഒഴിവാക്കാൻ പോലും അവളുടെ അമ്മയ്ക്ക് മടിയി ല്ലായിരുന്നു.

അങ്ങ് ദൂരെ കടലിനടുത്തുള്ള പൈൻ മരക്കാടുകളിൽ എൽസയെ ഉപേക്ഷിക്കാൻ അവൾ തന്റെ പരിചാരകരെ ചട്ടം

കെട്ടി. ചെന്നായ്ക്കൾ അലഞ്ഞുതിരിയുന്ന ആ ഇരുണ്ട വനത്തിൽനിന്നും എൽസ തിരിച്ചു വരില്ല എന്നുതന്നെ രാജ്ഞി വിശ്വസിച്ചു.

പരിചാരകർ സങ്കടത്തോടെ എൽസയെ കടലിനടുത്തുള്ള പൈൻ മരക്കാട്ടിൽ ഉപേക്ഷിച്ചു പോയി. പോകുന്നതിനു മുൻപ് കൊട്ടാരത്തിലെ മാന്ത്രികൻ രഹസ്യമായി ഏൽപ്പിച്ച വെള്ളിമണികൾ അവളുടെ കഴുത്തിൽ അവർ കെട്ടിയിട്ടു. എൽസയുടെ തോൾസഞ്ചിയിൽ പഴങ്ങളും വെള്ളവും നിറച്ചു ഭാഗ്യം ആശംസിച്ചുകൊണ്ട് അവർ യാത്രയായി.

രണ്ടു ദിവസം കഴിഞ്ഞു. ഭക്ഷണവും വെള്ളവും തീരാറായി. കടൽത്തീരത്ത് നിന്നും വല്ല ചിപ്പിയോ മറ്റോ തിന്നാൻ കിട്ടുമോ എന്ന് അവൾ തിരഞ്ഞു നടന്നു. തന്റെ അവസ്ഥയോർത്ത് എൽസയ്ക്ക് കരച്ചിലടക്കാൻ കഴിഞ്ഞില്ല. ഒരു തുള്ളി കണ്ണുനീർ അവളുടെ കഴുത്തിൽ കിടന്ന വെള്ളി മണികളിലേക്ക് അടർന്നു വീണു.

പെട്ടെന്ന് പുറകിൽ ഒരു അനക്കം കേട്ടു. അവൾ തിരിഞ്ഞു നോക്കിയപ്പോൾ ഒരു ചെന്നായ. പൈൻ മരക്കാടുകൾ നിറയെ ചെന്നായകൾ ആണെന്ന് അവൾക്കു അറിയാമായിരുന്നു. ഇതാണ് തന്റെ അന്ത്യം എന്ന് അവൾക്കു തോന്നി.

പക്ഷേ തന്റെ മേൽ ചാടി വീണു കടിച്ചു കീറും എന്ന് കരുതിയ ചെന്നായയുടെ കണ്ണുകളിൽ കണ്ട സൗമ്യതയും ദയയും അവളെ അദ്ഭുതപ്പെടുത്തി. ചെന്നായ പറഞ്ഞു.

"ഭയക്കണ്ട. ഞാൻ സഹായിക്കാൻ വന്നതാണ്. ഞാൻ നിന്റെ കഴുത്തിലെ വെള്ളിമണികളുടെ അടിമയാണ്."

എൽസയ്ക്ക് വിശ്വസിക്കാൻ കഴിഞ്ഞില്ല. അവളുടെ ഭയം മാറ്റാൻ ചെന്നായക്ക് അൽപ്പം പണിപ്പെടേണ്ടി വന്നു. ഒരു നാടൻ പാട്ടും പാടി അവൻ ഒരു കോമാളി നൃത്തം അവളെ ചിരിപ്പിക്കാനായി കാഴ്ച വച്ചു.

എൽസയുടെ പേടി മാറി എന്ന് കണ്ട ചെന്നായ ചോദിച്ചു.

"ഇനി പറയൂ, ഞാൻ നിനക്കായി എന്ത് ചെയ്യണം?"

"എന്റെ പ്രിയപ്പെട്ട ചെന്നായ്ക്കുട്ടാ, എന്റെ അമ്മയെ ഒന്ന് കൊണ്ട് വരാമോ?

എൽസ ചോദിച്ചു.

ഒരു നിമിഷംപോലും പാഴാക്കാതെ ചെന്നായ് അപ്രത്യക്ഷ നായി.

അമ്മയെ ഇപ്പോൾ കാണാനാവും എന്നോർത്തു എൽസ സന്തോഷം കൊണ്ട് തുള്ളിച്ചാടി. വെള്ളിമണികളുടെ കിലുക്കം കേട്ടു ഒരു കുറുക്കൻ പൊന്തക്കാടുകളിൽ നിന്ന് പുറത്തു വന്നു.

"എൽസ, പറയൂ... നിനക്കായി ഞാൻ എന്ത് ചെയ്യണം? ഞാൻ നിന്റെ കഴുത്തിലെ വെള്ളിമണികളുടെ അടിമയാണ്."

എൽസ പറഞ്ഞു

"എനിക്ക് വിശന്നിട്ടു വയ്യ. എന്തെങ്കിലും ഭക്ഷണം കിട്ടാൻ വല്ല വഴിയുമുണ്ടോ?"

കുറുക്കൻ ഒന്നും മിണ്ടാതെ പൊന്തക്കാടുകളിൽ മറഞ്ഞു. പക്ഷേ പെട്ടെന്ന് തന്നെ അവൻ തിരിച്ചു വന്നു. കാട്ടുവള്ളികൾ കൊണ്ട് മെടഞ്ഞ ഒരു കൊട്ടയും കടിച്ചു തൂക്കിപ്പിടിച്ചുകൊണ്ടാണ് അവൻ വന്നത്. കൊട്ട മൂടിയിരുന്ന വെളുത്ത തുണി മാറ്റിയ പ്പോൾ എൽസ അമ്പരന്നു. പൊരിച്ച വാത്തും റൊട്ടിയും പഴ ങ്ങളും ആ കുട്ടയ്ക്കകത്ത് ഭംഗിയായി ക്രമീകരിച്ചിരിക്കുന്നു.

സന്തോഷംകൊണ്ട് എൽസ കുറുക്കനെ കെട്ടിപ്പിടിച്ചു. തന്റെ നന്ദി പ്രകടിപ്പിക്കാൻ അവൾ അവന്റെ പുറത്തു തലോടുകയും ചെവിക്കു പുറകിൽ ചൊറിയുകയും ചെയ്തു. താൻ ഇതിനൊക്കെ അർഹൻ തന്നെ എന്ന ഭാവത്തിൽ ഇളിച്ചുകൊണ്ട് വാലുമാട്ടി അവൻ ആ സ്നേഹപ്രകടനങ്ങളെല്ലാം സ്വീകരിച്ചു. തന്റെ കൂടെ ആഹാരം കഴിക്കാൻ അവൾ കുറുക്കനെ ക്ഷണിച്ചെങ്കിലും നിര സിച്ചുകൊണ്ട് അവൻ പൊന്തക്കാട്ടിലേക്ക് ഓടിപ്പോയി.

സമൃദ്ധമായ ഭക്ഷണത്തിനുശേഷം അവൾക്കു കലശലായ ദാഹം തോന്നി. ഇത്തവണ എന്ത് ചെയ്യണം എന്ന് അവൾക്കു അറിയാമായിരുന്നു. കഴുത്തിൽ കിടന്ന വെള്ളിമണികൾ അവൾ കുലുക്കാൻ തുടങ്ങി. അല്പനേരത്തിനുശേഷം മറ്റൊരു മണി ശബ്ദം അവൾ കേട്ടു. അവളുടെ കഴുത്തിലെ മണിയുടെ ശബ്ദം പോലെ തന്നെയായിരുന്നു ആ ശബ്ദവും. ശബ്ദം അടുത്തു വന്നു

കൊണ്ടേയിരുന്നു. അല്പസമയത്തിനുശേഷം അവൾ തന്റെ നേരെ ഒഴുകിവരുന്ന ഒരു ചെറിയ അരുവി കണ്ടു.

ഒരു തോണി ആ അരുവിയിലൂടെ ഒഴുകിവരുന്നുണ്ടായിരുന്നു. അവളുടെ അടുത്തെത്തിയപ്പോൾ തോണി നിന്നു. അതിന്റെ അമരത്ത് അവളുടേതുപോലെ തന്നെയുള്ള ഒരു വെള്ളി മണി കെട്ടിത്തൂക്കിയിരുന്നു. തോണിയിൽ ഒരു വെള്ളിപ്പാത്രം ഉണ്ടായിരുന്നു. ആ പാത്രം എടുത്തു ക്ഷീണം തീരുന്നത് വരെ അരുവിയിലെ വെള്ളം അവൾ കുടിച്ചു. അപ്പോൾ തോണി പറഞ്ഞു

"ഭയക്കണ്ട.. നിന്റെ അമ്മ വരുമ്പോൾ നീ തോണിയിലേക്ക് കയറണം."

തന്റെ അമ്മ വരുമ്പോൾ എന്തിനു തോണിയിലേക്ക് കയറണം എന്ന് അവൾക്കു സംശയം തോന്നി. താൻ അമ്മയെ സ്നേഹിക്കുന്നതുപോലെ തന്നെ അമ്മയും തന്നെ സ്നേഹിക്കുന്നു എന്നായിരുന്നു അവളുടെ ധാരണ.

പെട്ടെന്ന് ദൂരെയായി ആരോ സഹായത്തിനായി അലറി വിളിക്കുന്നത് അവൾ കേട്ടു. നിലവിളി അടുത്തു വന്നുകൊണ്ടിരുന്നു. ഒടുവിൽ തന്റെ അമ്മയെ പുറത്തേറ്റിക്കൊണ്ട് കുതിച്ചുവരുന്ന ചെന്നായയെ അവൾ കണ്ടു. രാജ്ഞി നിലവിളിക്കുകയും ചെന്നായയുടെ പുറത്തുനിന്ന് ഊർന്നിറങ്ങാൻ ശ്രമിക്കുകയും ചെയ്തുകൊണ്ടിരുന്നു. ഓരോ തവണ ഇറങ്ങാൻ ശ്രമിക്കുമ്പോഴും ചെന്നായ തന്റെ ഭീഷണമായ തല തിരിച്ചു പല്ലുകൾ കാട്ടി മുരളും. രാജ്ഞിയെ എൽസയുടെ അടുത്ത് ഇറക്കി നിർത്തിയിട്ട് ചെന്നായ പറഞ്ഞു.

"എൽസാ... പറഞ്ഞതുപോലെ നിന്റെ അമ്മയെ കൊണ്ടു വന്നിരിക്കുന്നു. ഞാൻ നിന്റെ വെള്ളിമണികളുടെ അടിമയാണ്."

എൽസയെക്കണ്ടതും രാജ്ഞി കോപം കൊണ്ട് വിറച്ചു. അവർ അവളെ ഉറക്കെ ശകാരിക്കുകയും ഈ രാജ്യത്തെ എല്ലാ ചെന്നായകളെയും കൊന്നൊടുക്കുമെന്നു ഭീഷണിപ്പെടുത്തുകയും ചെയ്തു. നാട്ടിലെങ്ങാനും കാലു കുത്താൻ ശ്രമിച്ചാൽ താൻ തന്നെ അവളുടെ തല വെട്ടിക്കളയും എന്ന് അവർ ശപഥം

ചെയ്തു. എൽസയ്ക്ക് ഭയം തോന്നി. അമ്മ തന്നെ അപകട പ്പെടുത്തുമെന്ന് പേടിച്ചിട്ട് അവൾ പതുക്കെ തോണിയിലേക്ക് കയറി. എന്നിട്ട് പറഞ്ഞു.

"എന്റെ പ്രിയപ്പെട്ട വെള്ളിമണികളേ... എന്നെ എന്റെ പാവം അച്ഛന്റെ അടുത്തേക്ക് കൊണ്ടുപോകൂ."

തോണി ഒഴുകാൻ തുടങ്ങി. പൊന്തക്കാട്ടിൽ നിന്ന് തല നീട്ടി കുറുക്കനും ചെന്നായയും അവളോട് വിട വാങ്ങി.എൽസയെ ശകാരിച്ചു കൊണ്ട് നിന്ന രാജ്ഞി പെട്ടെന്ന് ഒരു ഓക്ക് മരമായി മാറി. അമ്പരന്നു പോയ അവളെയുംകൊണ്ട് തോണി ഒഴുകി പ്പോയി.

തോണി കടലിനെ സമീപിച്ചപ്പോൾ അവൾക്കു ഒട്ടും ഭയം തോന്നിയില്ല. തിരകൾ അവളുടെ സമീപത്തു വന്നതേയില്ല. അമരത്തെ മണിയും കിലുക്കിക്കൊണ്ട് മൂന്നു ദിവസം തോണി കടലിലൂടെ കുതിച്ചു പാഞ്ഞു കൊണ്ടേയിരുന്നു

നാലാമത്തെ ദിവസം നേരം പുലർന്നപ്പോൾ തോണി ഒരു മനോഹരമായ ദ്വീപിനെ സമീപിക്കുന്നതാണ് എൽസ കണ്ടത്. അവിടെ വിശുദ്ധവൃക്ഷങ്ങൾ മാനം മുട്ടെ വളർന്നു നിന്നിരുന്നു. അവൾ ഇതുവരെ കണ്ടിട്ടേയില്ലാത്ത നിറങ്ങളിലുള്ള പൂക്കളു മായി പച്ചപ്പുല്ല് പരവതാനിപോലെ പരന്നു കിടന്നിരുന്നു സൂര്യൻ തലയ്ക്കുമീതെ സൗമ്യമായി ശോഭയോടെ പ്രകാശിച്ചു.

തോണി കരയ്ക്കടുത്തപ്പോൾ അവൾ അച്ഛനെക്കണ്ടു. വിടർ ത്തിയ കൈകളോടെ അവൾക്കു നേരെ അദ്ദേഹം ഓടി വന്നു. എൽസയ്ക്ക് സന്തോഷമായി. ഒരുപാടു കുട്ടികൾ ദൂരെ നിന്ന് അവളുടെ നേരെ കൈ വീശി. അച്ഛന്റെ കയ്യിൽ തൂങ്ങി അവൾ അവരുടെ നേരെ നടന്നു.

(കാമ്പനാസ് ദ പ്ലാറ്റ എന്ന സ്പാനിഷ് കഥ)

■

സത്യം മാത്രം പറയുന്ന പക്ഷി

ഇടതൂർന്നു വളർന്നുനിൽക്കുന്ന മരങ്ങൾക്കും കുറ്റിച്ചെടികൾക്കും ഇടയിലൂടെ ഒഴുകിയിരുന്ന ഒരു കാട്ടരുവിയുടെ കരയിൽ ഒരിക്കൽ ലൂക്കാസ് എന്ന് പേരുള്ള ഒരു മീൻപിടുത്തക്കാരൻ തനിക്കും കുടുംബത്തിനും താമസിക്കാൻ ഒരു ചെറിയ കുടിലുണ്ടാക്കി. അയാൾ കാട്ടിൽനിന്ന് കനത്ത ഓക്ക്മരങ്ങൾ കൊണ്ടുവരികയും അവ അളവനുസരിച്ച് അറുത്തു മുറിച്ചു ബലവത്തായ ഭിത്തികൾ നിർമ്മിക്കുകയും ചെയ്തു. ലൂക്കാസിന്റെ ഭാര്യയായ സാറയും അയാളുടെ എട്ടു കുട്ടികളും ചേർന്ന് അരുവിക്കരയിൽ നീണ്ടു വളർന്നുനിന്ന പുല്ലുകൾ കുടിൽ മേയാനായി ശേഖരിച്ചു. ചെറുതെങ്കിലും സുന്ദരവും ഉറപ്പുള്ളതുമായ ഒരു വീടായിരുന്നു അത്. പട്ടണത്തിലെ ബഹളങ്ങൾക്കും സൂര്യന്റെ തീക്ഷ്ണമായ ചൂടിനും എത്തിനോക്കാനാവാത്ത ദൂരത്ത് അരുവിയിലെ തണുത്ത വെള്ളത്തിൽ കുളിച്ചും പക്ഷികളുടെ പാട്ട് കേട്ടും മീൻ പിടിച്ചും കാട്ടുപഴങ്ങൾ ശേഖരിച്ചും ലൂക്കാസിന്റെയും സാറയുടെയും കുട്ടികൾ നല്ല ആരോഗ്യത്തോടെയും സന്തോഷത്തോടെയും വളർന്നു.

നല്ല പ്രകാശമുള്ള ഒരു തെളിഞ്ഞ ദിവസമായിരുന്നു അത്. പതിവുപോലെ തന്റെ വലകളും കെണികളും ഒരുക്കി വയ്ക്കാനായി പ്രഭാതമായപ്പോൾ ലൂക്കാസ് അരുവിക്കരയിലെത്തി. വെള്ളം മുകളിലേക്ക് തെറുപ്പിച്ചുകൊണ്ട് കുത്തിമറിയുന്ന സാൽമണുകളെ കണ്ടപ്പോൾ ഇന്ന് നല്ല കോള് തന്നെ എന്ന് അയാൾ മനസ്സിലുറപ്പിച്ചു. വലകൾ വിരിച്ചു തിരിച്ചു പോകാൻ നേരത്ത് പെട്ടെന്നാണ് തന്റെ നേരെ എന്തോ ഒഴുകിവരുന്നത് ലൂക്കാസിന്റെ ശ്രദ്ധയിൽപെട്ടത്. സ്ഫടികം കൊണ്ടുണ്ടാക്കിയ ഒരു

പേടകംപോലെയുണ്ടായിരുന്നു അത്. പ്രഭാത സൂര്യന്റെ രശ്മികൾ അതിൽ തട്ടിയപ്പോൾ പ്രതിഫലിച്ച അഭൗമമായ പ്രകാശത്തിൽ ഒരു നിമിഷനേരത്തേക്ക് അദ്ഭുതത്തോടെ നോക്കി നിന്ന അയാളുടെ കാഴ്ച മങ്ങി.

അപൂർവ്വമായ ആ കാഴ്ച കണ്ടു എന്ത് ചെയ്യണം എന്നറിയാതെ നിന്നപ്പോഴാണ് ആ വിചിത്രവസ്തു തന്റെ വലയിൽ കുടുങ്ങി എന്ന് ലൂക്കാസിനു മനസ്സിലായത്. അയാൾ തിടുക്കത്തിൽ വല വലിച്ചടുപ്പിച്ചു. പട്ടുതുണികൊണ്ട് മൂടിയ ആ പേടകത്തിന്റെ മുകൾഭാഗം അല്പം ആകാംക്ഷയോടെയും ഭയത്തോടെയും വലിച്ചുമാറ്റിയപ്പോൾ കണ്ട കാഴ്ചയിൽ അയാളുടെ കണ്ണുകൾ അദ്ഭുതംകൊണ്ട് മിഴിഞ്ഞു. മഞ്ഞുപോലെ നനുത്ത പഞ്ഞിമെത്തയിൽ കിടന്നു രണ്ടു കുഞ്ഞുങ്ങൾ കൈകാലുകൾ ഇളക്കി കളിക്കുന്നു. ലൂക്കാസിനെ കണ്ടു അവർ ആഹ്ലാദത്തോടെ പുഞ്ചിരിച്ചു. അയാളുടെ ഹൃദയം ദയയും വാത്സല്യവുംകൊണ്ട് തരളിതമായി. വലകളും ചൂണ്ടകളും ഒരിടത്ത് ഒതുക്കിവച്ച ശേഷം ലൂക്കാസ് ആ ഇരട്ടക്കുഞ്ഞുങ്ങളെയുമെടുത്തു വീട്ടിലേക്കോടി.

ശാന്തയും ദയാശീലയുമെങ്കിലും തന്റെ ഭർത്താവ് മീനുകൾക്ക് പകരം കൊണ്ടുവന്ന സ്ഫടിക പേടകവും അതിനുള്ളിലെ ഉള്ളടക്കവും കണ്ടു ലൂക്കാസിന്റെ സാധുവായ ഭാര്യ കരഞ്ഞു പോയി.

എട്ടു കുഞ്ഞുങ്ങളുടെ വിശപ്പടക്കാൻ ഞാൻ പെടുന്ന പാട് എനിക്ക് മാത്രമേ അറിയൂ. ഈ രണ്ടു കുഞ്ഞുങ്ങളെ കൂടെ നമ്മളെങ്ങനെ പോറ്റും?

അവർ നിരാശയോടെ നെഞ്ചത്തലച്ചു നിലവിളിച്ചു.

ഈ കുഞ്ഞുങ്ങൾ വിശന്നു മരിക്കുകയോ കടലിലെ തിരകൾ അവരെ വിഴുങ്ങുകയോ ചെയ്യുമായിരുന്നു. ലൂക്കാസ് ശാന്തനായി പറഞ്ഞു. എട്ടുപേർക്കുള്ള ഭക്ഷണം പത്തുപേർ ചേർന്ന് കഴിച്ചാൽ ഒന്നും സംഭവിക്കുകയില്ല.

കൂടുതലൊന്നും സംസാരിക്കാതെ അയാൾ താനുപേക്ഷിച്ചു വന്ന സാധനങ്ങൾ എടുക്കാനും കെണികളിൽ എന്തെങ്കിലും കുടുങ്ങിയോ എന്ന് നോക്കാനുമായി അരുവിക്കരയിലേക്ക് തിരിച്ചു പോയി. സാറ കരച്ചിൽ നിർത്തി. ആ ഓമനക്കുഞ്ഞുങ്ങളെ

കണ്ടപ്പോൾ യഥാർഥത്തിൽ അവളുടെ മനസ്സ് വാത്സല്യംകൊണ്ട് തുടിക്കുകയായിരുന്നു.

കാലം കടന്നുപോയി. ഋതുക്കൾ പലതവണ മാറിമാറിഞ്ഞു വെങ്കിലും ലൂക്കാസിന്റെ കുടിലിൽ ഒരിക്കലും ഭക്ഷണത്തിനു മുട്ടുണ്ടായിരുന്നില്ല. എല്ലാ ദിവസവും ലൂക്കാസ് വിരിഞ്ഞ വാലും മൂർച്ചയുള്ള ചിറകുകളും കൊഴുത്ത് മിനുങ്ങുന്ന ശരീരവുമുള്ള വലിയ മീനുകൾ നിറഞ്ഞ കൊട്ടകളുമായി ചന്തയിലേക്ക് തന്റെ മൂത്ത പുത്രനോടൊപ്പം പോവുകയും സന്ധ്യ മയങ്ങുന്ന നേരത്ത് നിറഞ്ഞ കീശയും ധാന്യവും ഉരുളക്കിഴങ്ങും മറ്റും നിറച്ച ചെറു സഞ്ചികളും തോളിലേറ്റി ഒരു മൂളിപ്പാട്ടുമായി മടങ്ങുകയും പതി വായിരുന്നു.. തന്റെ ചെറുസമ്പാദ്യങ്ങൾ നിറഞ്ഞ മൺകുടങ്ങൾ സാറ സംതൃപ്തിയോടെ ഇടയ്ക്കിടയ്ക്ക് എടുത്തു പരിശോധി ക്കുകയും എണ്ണിത്തിട്ടപ്പെടുത്തുകയും ചെയ്തു. വീടിനോടു ചേർന്ന് പുതിയതായി നിർമ്മിച്ച അവളുടെ ചെറിയ കലവറയും തീൻമേശയും എന്നും സമൃദ്ധിയോടെ നിറഞ്ഞു തന്നെയിരുന്നു.

സാറയുടെയും ലൂക്കാസിന്റെയും വളർത്തുമക്കളായ ജൂലി യെത്തയും ഗബ്രിയേലും തങ്ങളുടെ അച്ഛനെയും അമ്മയെയും വളരെയേറെ സ്നേഹിച്ചു. വഴക്കാളികളും അസൂയക്കാരുമായ സ്വന്തം കുട്ടികളിൽ നിന്ന് വളരെ വ്യത്യസ്തരാണ് തങ്ങളുടെ വളർത്തുമക്കൾ എന്ന് സാറയും ലൂക്കാസും മനസ്സിലാക്കി യിരുന്നു. അല്പമൊന്നു വളർന്നപ്പോൾ മറ്റു കുട്ടികൾക്ക് തങ്ങളെ ഒട്ടും ഇഷ്ടമല്ല എന്ന് ജൂലിയെത്തയും ഗബ്രിയേലും മനസ്സിലാക്കി. വെറുപ്പും പരിഹാസവും സഹിക്കാനാവാതെ കഴിയുന്നത്ര സമയം അവർ രണ്ടുപേരും അരുവിക്കരയിൽ സമയം ചെലവഴി ക്കാൻ ശ്രമിച്ചു. ആരോരുമില്ലാത്ത ആ ഇരട്ടക്കുഞ്ഞുങ്ങളോടുള്ള തങ്ങളുടെ മക്കളുടെ അനിഷ്ടം മനസ്സിലാക്കിയിരുന്നു എങ്കിലും ലൂക്കാസിനും സാറയ്ക്കും ജൂലിയെത്തയോടും ഗബ്രിയെലിനോടു മായിരുന്നു കൂടുതൽ വാത്സല്യം. അവരുടെ സൗമ്യസ്വഭാവവും സ്നേഹമസൃണവും ആഭിജാത്യം നിറഞ്ഞതുമായ പെരുമാറ്റവും ആരെയും ആകർഷിക്കുന്നതായിരുന്നു.

എന്നും രാവിലെ അമ്മ നൽകുന്ന പ്രഭാതഭക്ഷണത്തിൽ നിന്നും ബാക്കിയാവുന്ന റൊട്ടിക്കഷണങ്ങൾ കീശയിൽ നിറച്ചു

കൊണ്ട് ജൂലിയെത്തയും ഗബ്രിയേലും വരുന്നതും പ്രതീക്ഷിച്ചു പൊന്തകളിലും അരുവിക്കരയിലെ കുറ്റിക്കാടുകളിലും താമസിച്ചിരുന്ന പക്ഷികൾ കാത്തിരിക്കുക പതിവായിരുന്നു. കുട്ടികൾ മൊരിഞ്ഞ റൊട്ടിക്കഷണങ്ങൾ അമർത്തിപ്പൊടിച്ചു ചെറുകഷണങ്ങളാക്കി തങ്ങൾക്കായി അരുവിക്കരയിലെ മിനുസമാർന്ന പാറപ്പുറത്ത് വിതറിയിടുന്നതും നോക്കി അവർ അക്ഷമയോടെ കലപിലാ ചിലയ്ക്കുകയും ചില്ലകളിലൂടെ ചാടി നടക്കുകയും ചെയ്യും.

എന്നും തങ്ങൾക്കായി ഭക്ഷണം കൊണ്ടുവരുന്ന ഈ മനുഷ്യക്കുട്ടികൾക്ക് എന്തെങ്കിലും പ്രത്യുപകാരം ചെയ്യണം എന്ന് പക്ഷികൾ തീരുമാനിച്ചു. അവർ തങ്ങൾക്കറിയാവുന്നതെല്ലാം ജൂലിയെത്തയെയും ഗബ്രിയേലിനെയും പഠിപ്പിക്കാൻ തുടങ്ങി. നേരം പുലരും മുൻപ് ഉണരാനും പ്രകൃതിയിൽ നിന്ന് ഭക്ഷണം കണ്ടെത്താനും പാട്ടുകൾ പാടാനും ഈ ലോകത്ത് വളരെ കുറച്ചു മനുഷ്യർക്ക് മാത്രം അറിയാവുന്ന പക്ഷി ഭാഷയിൽ സംസാരിക്കാനും അവർ കുട്ടികളെ പഠിപ്പിച്ചു.

അതേസമയം വീട്ടിൽ സമാധാനം പാലിക്കാനായി ജൂലിയെത്തയും ഗബ്രിയേലും ഒരുപാടു ശ്രമിച്ചെങ്കിലും സ്ഥിതിഗതികൾ വഷളായിക്കൊണ്ടേയിരുന്നു. ഓരോ ദിവസം കഴിയും തോറും പുതിയ പുതിയ വഴക്കുകൾക്കു മറ്റു കുട്ടികൾ കാരണങ്ങൾ കണ്ടെത്തി. ഒരു ദിവസം രാവിലെ ലൂക്കാസിന്റെയും സാറയുടെയും ഏറ്റവും മൂത്ത മകനായ ആന്ദ്രേസ് പറഞ്ഞു,

"സൽസ്വഭാവികളായുള്ള അഭിനയം ഒക്കെ നല്ലത് തന്നെ. ഞങ്ങളേക്കാൾ വളരെ നല്ല കുട്ടികളാണ് നിങ്ങൾ എന്ന് സമ്മതിച്ചു തന്നിരിക്കുന്നു. പക്ഷേ ഞങ്ങൾക്ക് അച്ഛനും അമ്മയും ഉണ്ട്. അരുവി മാത്രം സ്വന്തമായുള്ള ചൊറിത്തവളകളെ പോലെ അനാഥരല്ല ഞങ്ങൾ."

വളരെയേറെ വിഷമം തോന്നിയെങ്കിലും ഈ അപമാനത്തിനു ജൂലിയെത്തയും ഗബ്രിയേലും ഒരു മറുപടിയും പറഞ്ഞില്ല. പക്ഷേ ഈ വീട്ടിൽ നിന്നും പോകാനുള്ള നേരമായി എന്നവർക്ക് മനസ്സിലായി. വിശാലമായ ലോകത്തേക്കിറങ്ങാനും തങ്ങളുടെ ഭാഗ്യം പരീക്ഷിക്കാനും ജൂലിയെത്തയും ഗബ്രിയേലും തീരുമാനിച്ചു.

അടുത്ത ദിവസം നേരം പുലരും മുൻപ് പക്ഷികളെപ്പോലെ അവർ ഉണർന്നെണീറ്റു. പകൽ മുഴുവൻ ജോലി ചെയ്തു തളർന്നുറങ്ങുന്ന അച്ഛനമ്മമാരെ സങ്കടത്തോടെ ഉമ്മവച്ചശേഷം ആരെയും ഉണർത്താതെ പതുങ്ങിയ കാൽവയ്പ്പുകളോടെ തുറന്നുകിടന്ന ഒരു ജനാലയിലൂടെ ജൂലിയെത്തയും ഗബ്രിയേലും വീടിനു വെളിയിലെത്തി. പുറത്തിറങ്ങിയ പാടെ കുട്ടികൾ രണ്ടുപേരുംകൂടി അരുവിക്കരയിലേക്കോടി. കുതിച്ചൊഴുകുന്ന അരുവിയുടെ ശബ്ദം അമ്മയുടെ ശബ്ദം പോലെയാണ് അവർക്ക് അനുഭവപ്പെട്ടത്. ഉണർന്നെഴുന്നേൽക്കുന്ന പക്ഷികളുടെ ചിലയ്ക്കലും തവളകളുടെ കരച്ചിലും കേട്ടപ്പോൾ അമ്മയുടെ മടിയിലെത്തിയതുപോലെയുള്ള ആശ്വാസം അവർക്ക് അനുഭവപ്പെട്ടു. തങ്ങളോട് അല്പം ദയയോടെ പെരുമാറുന്ന ആരെയെങ്കിലും കണ്ടുമുട്ടിയേക്കും എന്ന പ്രതീക്ഷയോടെ ജൂലിയെത്തയും ഗബ്രിയേലും അരുവിയുടെ തീരത്ത് കൂടി ലക്ഷ്യമില്ലാതെ നടന്നു.

അത്രയും നാൾ അനുഭവിച്ച പരിഹാസങ്ങളും അടക്കി വച്ച സങ്കടവും അമർഷവും നൽകിയ ശക്തിയോടെ തങ്ങളുടെ വീട്ടിൽ നിന്ന് കഴിയുന്നത്ര ദൂരെയെത്തണം എന്ന ലക്ഷ്യവുമായി പകലൊടുങ്ങും വരെ അവർ നിർത്താതെ നടന്നുകൊണ്ടേയിരുന്നു. കുപ്പായക്കീശകളിൽ കരുതിയിരുന്ന ഉണങ്ങിയ റൊട്ടിയും അരുവിക്കരയിലേക്ക് ചാഞ്ഞുനിൽക്കുന്ന ചില്ലകളിൽ നിന്നുള്ള പഴങ്ങളും കഴിച്ചു ജൂലിയെത്തയും ഗബ്രിയേലും വിശപ്പടക്കി. വൈകുന്നേരമായപ്പോഴേക്കും നീര് വച്ച കാലുകളും തളർന്ന ഉടലുകളുമായി ഒരു അഭയസ്ഥാനം കണ്ടെത്താനുള്ള തിരച്ചിൽ തുടങ്ങിയപ്പോഴാണ് അതുവരെ തങ്ങൾ ഒരു മനുഷ്യജീവിയെപോലും കണ്ടില്ലല്ലോ എന്ന് അല്പം ഭയത്തോടെ അവരോർത്തത്.

കുറെ ദൂരം കൂടെ മുന്നോട്ടു പോയപ്പോൾ അരുവിക്കരയിൽ ഒരു ചെറിയ കുടിൽ കുട്ടികൾ കണ്ടുപിടിച്ചു. തളർച്ച മറന്നു ആവേശത്തോടെ വീടിനുനേരെ ഓടിച്ചെന്ന കുട്ടികൾ അടഞ്ഞുകിടക്കുന്ന വാതിൽ കണ്ടു കരച്ചിലിന്റെ വക്കിലെത്തി. അല്പം പൊളിഞ്ഞ ജനൽപ്പാളിയിലൂടെ നോക്കിയപ്പോൾ ആ കുടിലിനകം ശൂന്യമാണെന്നു മനസ്സിലാക്കിയ ജൂലിയെത്ത കരയാൻ

തുടങ്ങി. തന്റെ ഭയവും സങ്കടവും അടക്കിപ്പിടിച്ചുകൊണ്ട് ഗബ്രിയേൽ അവളെ ആശ്വസിപ്പിക്കാൻ ശ്രമിച്ചു.

"എന്തായാലും നമുക്ക് വിശ്രമിക്കാൻ പറ്റിയ ഒരു ബഞ്ച് ഇവിടെയുണ്ട്. സുഖമായി കാലുകൾ നീട്ടിയിരുന്നുകൊണ്ട് നമുക്ക് ഇനിയെന്ത് വേണം എന്ന് ആലോചിക്കാം."

ചാരുപടിയുള്ള ബഞ്ചിൽ തളർന്ന കാലുകൾ നീട്ടി വച്ച് അവർ വിശ്രമിച്ചു. ആ കുടിലിന്റെ മേൽക്കൂരയിൽ കൂടുകൂട്ടിയിരുന്ന കുരുവികളുടെ ചിലയ്ക്കൽ കേട്ടാണ് കുട്ടികൾ കണ്ണുതുറന്നത്. അരുവിയിൽനിന്ന് വീശുന്ന തണുത്ത കാറ്റും ക്ഷീണവും മൂലം അവർ മയങ്ങിപ്പോയിരുന്നു. കണ്ണു തിരുമ്മി നോക്കിയാ കുട്ടികൾ പലതരം പക്ഷികൾ അവിടെ സമ്മേളിച്ചിരിക്കുന്നത് കണ്ടു അമ്പരന്നു. ജൂലിയെത്തയ്ക്കും ഗബ്രിയേലിനും തങ്ങളുടെ ഭാഷ മനസ്സിലാകും എന്ന് ഒരൂഹവും ഇല്ലായിരുന്നതിനാൽ കുരുവികൾ സ്വാതന്ത്ര്യത്തോടെ സംസാരിക്കാൻ തുടങ്ങി.

"നമസ്കാരം നാഗരിക വനിതേ!" സംസ്കാരം നിറഞ്ഞ ഭാഷയിൽ കൂട്ടത്തിലെ നേതാവ് എന്ന് തോന്നിച്ച ഒരു കുരുവി കാഴ്ചയിൽ തന്നെ ആഭിജാത്യം തോന്നിക്കുന്ന മറ്റൊരു കുരുവിയെ അഭിസംബോധന ചെയ്തു സംസാരിക്കാൻ തുടങ്ങി. "കൊട്ടാരത്തിൽ അനേക നാളുകൾ സുഖമായി പാർത്തശേഷം താങ്കൾ ഈ കാട്ടിൽ താമസിക്കുന്ന കൂട്ടുകാരെ സന്ദർശിക്കാൻ എത്തിയതിനു നന്ദി."

"എന്റെ അമ്മയും അച്ഛനും തങ്ങളുടെ കൂട് എനിക്കായി വിട്ടിട്ടാണല്ലോ പോയത്. അവരുടെ ആത്മാക്കളെ സന്തോഷിപ്പിക്കാനായി ആ കൂട്ടിൽ ഒരു പുതിയ ജീവിതം തുടങ്ങുക എന്റെ കടമയാണ്." മര്യാദയോടെ ആ സുന്ദരിയായ കുരുവി ചോദിച്ചു. "നിങ്ങളുടെ കുടുംബത്തിനു സുഖം തന്നെയല്ലേ?"

തടിയൻ കുരുവിയുടെ കുടുംബവിശേഷങ്ങൾ കേട്ടശേഷം അവൾ ഓരോരുത്തരുടെ വിവരങ്ങൾ ചോദിച്ചറിഞ്ഞു.

"വാനമ്പാടി ഇപ്പോഴും പഴയതുപോലെ മധുരമായി പാടാറുണ്ടോ? മേഘപ്പുള്ള് ഇപ്പോഴും ആകാശത്തേക്ക് കുതിച്ചുയരാറുണ്ടോ? ലിനറ്റ് ഇപ്പോഴും പഴയതുപോലെ മോടിയിൽ കെട്ടിയൊരുങ്ങി നടക്കാറുണ്ടോ?"

കുശലാന്വേഷണത്തിനുശേഷം അവൾ ഗൗരവത്തോടെ സംസാരിച്ചു തുടങ്ങി. "പരദൂഷണം പറയുന്നത് എനിക്കിഷ്ടമല്ല." ദേഷ്യത്തോടെ ചിറകുകൾ കുടഞ്ഞുകൊണ്ട് നഗരത്തിൽനിന്ന് വന്ന കുരുവി പറഞ്ഞു: "പണ്ട് നമ്മൾ എത്ര മാന്യരും നിഷ്കളങ്കരുമായിരുന്നു. ഇപ്പോൾ മനുഷ്യരുടെ രീതികൾ നമ്മളിൽ ചിലർ കണ്ടുപഠിക്കാൻ തുടങ്ങിയിരിക്കുന്നു. എന്തൊരു കഷ്ടം!"

"നീ എന്താണീ പറയുന്നത്?" ഒരു മൂലയ്ക്ക് ഉറക്കം തൂങ്ങിക്കൊണ്ട് അനങ്ങാതിരുന്ന വയസ്സൻ മൂങ്ങ അദ്ഭുതത്തോടെ തന്റെ കണ്ണുകൾ തുറന്ന് അവളെ നോക്കി.

"ലജ്ജാകരം!" കുരുവികൾ ഒത്തൊരുമിച്ച് നിലവിളിച്ചു.

അത് മാത്രമല്ല, മൈനകൾ ഏറ്റുപിടിച്ചു. "പണ്ട് നാണം കുണുങ്ങിയായി നടന്നിരുന്ന തലയിൽ പൂവുള്ള ലാർക്ക് ഇപ്പോൾ ഒരു തികഞ്ഞ കള്ളനായി മാറിയിരിക്കുകയാണ്. എവിടെയെങ്കിലും ചോളവും ഗോതമ്പും കണ്ടാൽ ഉടൻ തന്നെ അവൻ അത് മോഷ്ടിക്കും."

"നിങ്ങൾ പറയുന്നതു കേട്ട് എനിക്ക് അദ്ഭുതം തോന്നുന്നു." ഒന്നും മിണ്ടാതെയിരുന്ന മൂങ്ങ പിറുപിറുത്തു.

നഗരത്തിൽ നിന്ന് വന്ന കുരുവി തുടർന്നു. "അതുമാത്രമല്ല, വേനൽക്കാലത്തേക്ക് ഒരുക്കങ്ങൾ നടത്താൻ എത്തിയ ഞാൻ കണ്ടത് ഒരു നാണംകെട്ട അടയ്ക്കാക്കുരുവി എന്റെ അച്ഛനമ്മമാർ തന്നിട്ട് പോയ കൂടു കയ്യേറിയിരിക്കുന്നതാണ്. ഇതെന്റെ കൂടാണ് ഞാൻ പറഞ്ഞു. മര്യാദയില്ലാത്ത ഒരു ചിരിയോടെ അവൻ ചോദിച്ചു. നിന്റേതോ? അതെ എന്റേത് തന്നെ. എന്റെ പിതാമഹന്മാർ ഇവിടെയാണ് ജനിച്ചതും ജീവിച്ചതും മരിച്ചതും. ഇനി എന്റെ അനന്തരാവകാശികളും ഇവിടെ വളരും. എന്റെ ഭർത്താവ് അവന്റെ മേൽ ചാടി വീഴുകയും മര്യാദയില്ലാത്ത ആ തൂക്കണാം കുരുവിയെ തൊഴിച്ചോടിക്കുകയും ചെയ്തു. ഇത്തരം കാര്യങ്ങൾ ഒരു നഗരത്തിൽ ഒരിക്കലും നടക്കുകയില്ല എന്ന് ഞാൻ ഉറപ്പു തരാം."

"പക്ഷേ ഞാൻ ചിലകാര്യങ്ങൾ നഗരത്തിൽ കണ്ടിട്ടുണ്ട്." അതുവരെ നിശ്ശബ്ദനായിരുന്ന സാൻഡ് പൈപ്പർ പറഞ്ഞു.

“പറയൂ പറയൂ!” പക്ഷികൾ വിളിച്ചു പറഞ്ഞു. അവരുടെ ബഹളം ഒന്നൊതുങ്ങിയപ്പോൾ സാൻഡ് പൈപ്പർ പറഞ്ഞു തുടങ്ങി.

“നമ്മുടെ മഹാരാജാവ് ഒരു തയ്യൽക്കാരന്റെ മകളുമായി പ്രണയത്തിൽ വീണ കഥ നിങ്ങൾക്ക് എല്ലാവർക്കും അറിയാമായിരിക്കും. ദരിദ്രയായിരുന്നു എങ്കിലും അവൾ അതിസുന്ദരിയും മാന്യയും സൗമ്യശീലയുമായിരുന്നു. മന്ത്രിമാർക്ക് തങ്ങളുടെ ആരുടെയെങ്കിലും പെൺമക്കളിൽ ഒരുവളെ രാജാവ് വിവാഹം കഴിക്കണം എന്നായിരുന്നു ആഗ്രഹം. അവർ അദ്ദേഹത്തിന്റെ വിവാഹം തടസ്സപ്പെടുത്താൻ തങ്ങളാൽ ആവുന്നത്ര ശ്രമിച്ചു. പക്ഷേ ആരുടെയും വാക്കുകൾ ശ്രദ്ധിക്കാതെ രാജാവ് തന്റെ മനസ്സിനിണങ്ങിയ പെൺകുട്ടിയെതന്നെ വിവാഹം കഴിച്ചു. കുറച്ചു മാസങ്ങൾക്ക് ശേഷം ഒരു യുദ്ധം പൊട്ടിപ്പുറപ്പെടുകയും രാജാവ് തന്റെ സൈന്യവുമായി രാജ്യത്തിന്റെ അതിർത്തികൾ കാക്കാൻ പുറപ്പെടുകയും ചെയ്തു. വിരഹദുഃഖവും പേറി അദ്ദേഹത്തിന്റെ പത്നി കൊട്ടാരത്തിൽ തനിച്ചായി. യുദ്ധം കഴിഞ്ഞു തിരിച്ചുവന്ന രാജാവിനെ കാത്തിരുന്നതു ഞെട്ടിക്കുന്ന വിവരങ്ങളാണ്. അദ്ദേഹത്തിനു രണ്ട് ഇരട്ടക്കുഞ്ഞുങ്ങൾ പിറന്നുവെങ്കിലും അവർ രണ്ടുപേരും മരിച്ചുപോവുകയും മനസ്സ് തകർന്നു പോയ രാജ്ഞിയെ ചികിത്സയ്ക്കായി മലമുകളിലെ വിശ്രമായലയത്തിലാക്കിയിരിക്കുകയാണ് എന്നുമാണ് അദ്ദേഹത്തിനു കിട്ടിയ വിവരം. പർവ്വതങ്ങളിലെ തണുത്ത ശുദ്ധമായ വായുവും ശാന്തമായ പ്രകൃതിയും രാജ്ഞിയുടെ മനസ്സിന് ആശ്വാസമേകും എന്ന് കൊട്ടാരം വൈദ്യൻ അദ്ദേഹത്തെ ധരിപ്പിച്ചു.”

“അത് സത്യമായിരുന്നില്ലേ?” കഴുക്കോലിൽ ഒറ്റക്കാലിൽ ധ്യാനനിരതനെന്നപോലിരുന്ന കൊക്ക് ചോദിച്ചു.

“തീർച്ചയായും അത് സത്യമായിരുന്നില്ല.” കൂട്ടുകാരുടെ വിഡ്ഢിത്തത്തിൽ അദ്ഭുതം പൂണ്ടുകൊണ്ട് സാൻഡ്പൈപ്പർ പറഞ്ഞു. ‘കുട്ടികൾ പൂന്തോട്ടത്തിന്റെ ഒരു മൂലയിലുള്ള തോട്ടക്കാരന്റെ കുടിലിൽ സുരക്ഷിതരായിരുന്നു. പക്ഷേ അന്ന് രാത്രി കൊട്ടാരം കാര്യസ്ഥൻ തോട്ടക്കാരന്റെ എതിർപ്പ് വകവയ്ക്കാതെ ആ കുഞ്ഞുങ്ങളെ സ്ഫടികം കൊണ്ടുള്ള ഒരു പേടകത്തിലാക്കി

കൊട്ടാരത്തിന്റെ അടുത്തുകൂടെ ഒഴുകുന്ന അരുവിയിൽ ഒഴുക്കി വിട്ടു."

"അരുവിക്ക് ആഴമുണ്ടായിരുന്നെങ്കിലും ഓളങ്ങളില്ലാത്തതിനാൽ പേടകം സുരക്ഷിതമായി ഒഴുകി നീങ്ങി. അരുവിക്കരയിൽ താമസിക്കുന്ന ആ മീൻപിടുത്തക്കാരൻ ലൂക്കാസ് ആ പേടകം കണ്ടെടുക്കുകയും കുഞ്ഞുങ്ങളെ തന്റെ വീട്ടിലേക്കുകൊണ്ട് പോവുകയും ചെയ്തു എന്ന് എന്റെ സുഹൃത്തായ മീൻ കൊത്തി പറഞ്ഞു പിന്നീട് ഞാൻ അറിഞ്ഞു."

അത്രയും നേരം അലസരായി ബഞ്ചിൽ കിടന്ന് ഈ സംഭാഷണം ശ്രദ്ധിച്ചുകൊണ്ടിരുന്ന കുട്ടികൾ പരസ്പരം നോക്കി. തങ്ങളുടെ വളർത്തമ്മ എപ്പോഴും പറയുമായിരുന്ന സ്ഫടിക പേടകത്തിന്റെ കാര്യം കേട്ടപ്പോൾ അവരുടെ ക്ഷീണം ഒക്കെ വിട്ടകന്നു.

"നമുക്ക് ഈ പക്ഷികളുടെ ഭാഷ മനസ്സിലാക്കാൻ കഴിയുന്നത് എത്ര ഭാഗ്യമാണ്." ഗബ്രിയേൽ മന്ത്രിച്ചു.

പക്ഷികൾ ഇതൊന്നുമറിയാതെ തങ്ങളുടെ സംഭാഷണം തുടർന്നുകൊണ്ടേയിരുന്നു.

"കുട്ടികൾ വലുതാകുമ്പോൾ അവർക്ക് തങ്ങളുടെ അച്ഛന്റെയടുത്തേക്ക് മടങ്ങുകയും അമ്മയെ സ്വതന്ത്രയാക്കുകയും ചെയ്യാമല്ലോ!" ബുൾ ബുൾ പറഞ്ഞു.

തലയാട്ടിക്കൊണ്ട് സാൻഡ്‌പൈപ്പർ നിരാശയോടെ പറഞ്ഞു. "അതൊന്നും നിങ്ങൾ പറയുന്നത്ര എളുപ്പമല്ല. അവർ രാജാവിന്റെ മക്കളാണ് എന്ന് എങ്ങനെ സ്ഥാപിക്കും? അത് മാത്രമല്ല, അവരുടെ അമ്മയ്ക്ക് ഒരിക്കലും ഭ്രാന്ത് പിടിച്ചിട്ടില്ല. അവരെ ഭ്രാന്തി എന്ന് മുദ്രകുത്തി തടവറയിൽ അടച്ചിരിക്കുകയാണ്. രാജാവിനെ ഇതൊക്കെ അറിയിക്കാൻ ഒരു വഴി മാത്രമേ ശേഷിച്ചിട്ടുള്ളൂ."

"എന്താണത്?" ആകാംക്ഷയോടെ കേട്ടിരുന്ന പക്ഷികൾ ഒരുമിച്ചു ചോദിച്ചു. "മാത്രമല്ല, അത് നിനക്ക് എങ്ങനെ അറിയാം?" മൂങ്ങ സംശയത്തോടെ മുരണ്ടു.

“എനിക്കറിയാം.” സാൻഡ് പൈപ്പർ പറഞ്ഞു. ‘നഗരത്തിലേക്ക് പോകുംവഴി കൊട്ടാരത്തിലെ പൂന്തോട്ടത്തിൽ ഒരു ദിവസം ഞാൻ അല്പം വിശ്രമിക്കാനിറങ്ങി. അവിടെ വച്ചു ഞാൻ ഒരു കുയിലിനെ കണ്ടുമുട്ടി. നിങ്ങൾക്ക് ഞാൻ പറഞ്ഞുതരേണ്ട കാര്യമില്ല എന്നറിയാം. മറ്റുള്ള കുയിലുകളെപോലെ ഭാവി പ്രവചിക്കാനുള്ള കഴിവുണ്ടെന്ന് ഭാവിക്കുന്ന ഒരുവളായിരുന്നു അതും. ഞങ്ങൾ ഓരോന്നു സംസാരിച്ചതിന്റെ ഇടയിൽ കൊട്ടാരത്തിലെ സംഭവങ്ങളെപറ്റിയും പറഞ്ഞു. മന്ത്രിമാരുടെ ക്രൂരതയും രാജാവിന് പറ്റിയ തെറ്റും പുറത്തുകൊണ്ടുവരാൻ മനുഷ്യരുടെ ഭാഷ സംസാരിക്കുന്ന സത്യസന്ധൻ എന്ന പക്ഷിക്ക് മാത്രമേ കഴിയൂ’ എന്ന് ആ കുയിൽ പറഞ്ഞു.

‘ഈ പക്ഷിയെ എവിടെനിന്ന് കണ്ടെത്താൻ കഴിയും’ എന്ന് ഞാൻ കുയിലിനോട് ചോദിച്ചു. ദിവസത്തിൽ അര മണിക്കൂർ മാത്രം ഉറങ്ങുന്ന ഒരു രാക്ഷസൻ കാവൽ നിൽക്കുന്ന ഒരു കൊട്ടാരത്തിൽ ആ പക്ഷിയെ അടച്ചിട്ടിരിക്കുകയാണ്. എവിടെയാണ് ഈ കൊട്ടാരം? എനിക്ക് ആകാംക്ഷയായി. പക്ഷികളും കുട്ടികളും അതിനുത്തരം അറിയാനായി കാതു കൂർപ്പിച്ചിരുന്നു.

“അതെനിക്കറിയില്ല.” കുയിൽ പറഞ്ഞു. “അക്കാണുന്ന മലയുടെ മുകളിൽ ഒരു കുടിലിൽ താമസിക്കുന്ന ഒരു ദുർമന്ത്രവാദിനിയുണ്ട്. അവൾക്കു മാത്രമേ ആ രാക്ഷസന്റെ കൊട്ടാരം എവിടെയാണെന്ന് അറിയുകയുള്ളൂ. അവൾ മന്ത്രവാദത്തിനായി ഉപയോഗിക്കുന്ന വിശുദ്ധ ജലധാരയിൽനിന്നുള്ള വെള്ളംകൊണ്ട് ചെന്ന് കൊടുത്താൽ ചിലപ്പോൾ ആ ദുർമന്ത്രവാദിനി പ്രീതിപ്പെടാൻ സാധ്യതയുണ്ട്. എന്നാലും സത്യസന്ധനായ പക്ഷിയെ എവിടെയാണ് ബന്ധിച്ചിരിക്കുന്നത് എന്ന് അവൾ പറയും എന്ന് തോന്നുന്നില്ല. ആ പക്ഷിയോട് മന്ത്രവാദിനിക്ക് അത്ര വെറുപ്പാണ്. സാധിക്കുമായിരുന്നെങ്കിൽ അവൾ സത്യസന്ധനായ പക്ഷിയെ കൊന്നുകളയുമായിരുന്നു. പക്ഷേ അവനു മരണമില്ല എന്ന് മന്ത്രവാദിനിക്ക് അറിയാം. അതുകൊണ്ട് അന്ധവിശ്വാസത്തിന്റെ പക്ഷികളെ കൊണ്ട് അവൾ ആ കൊട്ടാരത്തിനു സംരക്ഷണം കൊടുത്തിരിക്കുകയാണ്.”

"ഇതൊക്കെ ആ രാജകുമാരന് ഒന്ന് പറഞ്ഞു കൊടുക്കാൻ കഴിവുള്ള ആരെങ്കിലും ഉണ്ടായിരുന്നെങ്കിൽ!" തടിയൻ കുരുവി ചിന്താമഗ്നനായി പറഞ്ഞു.

"ഒരാളുണ്ട്." സാൻഡ് പൈപ്പർ പറഞ്ഞു. "ആ കൊട്ടാരത്തിനടുത്തു സന്ന്യാസിയുടെ ജീവിതം നയിക്കുന്ന ഒരു കഴുകനുണ്ട്. അവനാണെങ്കിൽ മനുഷ്യന്റെ ഭാഷയിലെ ഒന്നോ രണ്ടോ വാക്കുകൾ കേട്ടാൽ മനസ്സിലാകും. രാജകുമാരൻ അവിടെ എത്തിയാൽ തന്നെ കഴുകൻ പറയുന്നത് ഒന്നും അവനു മനസ്സിലാകുകയുമില്ല. അതൊക്കെ പോട്ടെ. സൂര്യൻ അസ്തമിക്കുന്നു. എനിക്കും കൂട്ടിലെത്താൻ നേരമായി. ശുഭരാത്രി സുഹൃത്തുക്കളേ!"

സാൻഡ് പൈപ്പർ പറന്നകന്നു.

ഇതെല്ലാം കേട്ടുകൊണ്ടിരുന്ന കുട്ടികളുടെ വിശപ്പും ദാഹവും ക്ഷീണവും അപ്രത്യക്ഷമായി. അവർ നേരം കളയാതെ വീണ്ടും നടന്നു തുടങ്ങി. നേരം നന്നായി ഇരുട്ടിയപ്പോൾ ദൂരെ ഒരു നഗരത്തിന്റെ ലക്ഷണങ്ങൾ കണ്ടുതുടങ്ങി. തങ്ങളുടെ അച്ഛന്റെ സാമ്രാജ്യത്തിന്റെ തലസ്ഥാനമാണത് എന്ന് അവർക്ക് താമസിയാതെ മനസ്സിലായി.

രാത്രിയിൽ എവിടെയെങ്കിലും തലചായ്ക്കാൻ ഒരിടം കണ്ടെത്തേണ്ടത് അത്യാവശ്യമായിരുന്നു. ഒരു വലിയ വീടിന്റെ പൂന്തോട്ടത്തിന്റെ പടിക്കൽ ആരെയോ കാത്തുനിന്ന ഒരു സ്ത്രീയെ കണ്ടപ്പോൾ അവർ നിന്നു. ഒറ്റനോട്ടത്തിൽ തന്നെ ഒരു സ്നേഹമയിയായ വീട്ടമ്മയാണ് അതെന്നു അവർക്ക് തോന്നി. കുട്ടികളുടെ ആവശ്യം കേട്ടപ്പോൾ രണ്ടാമതൊന്ന് ആലോചിക്കാതെ ആ സ്ത്രീ അവരെ വീട്ടിനകത്തേക്ക് കൂട്ടിക്കൊണ്ടു പോയി. കുട്ടികളുടെ മുഖവും രൂപവും പെരുമാറ്റ രീതികളും ആരെയും ആകർഷിക്കുന്നതായിരുന്നു.

നേരം പുലരും മുൻപെഴുന്നേറ്റു ജൂലിയെത്ത ആ വലിയ വീട് വൃത്തിയാക്കുകയും ഗബ്രിയേൽ പൂച്ചെടികൾക്ക് വെള്ളമൊഴിക്കുകയും ചെയ്തു. വീട്ടമ്മ ഉറക്കമെഴുന്നേറ്റു താഴെയെത്തിയപ്പോൾ ചെയ്യാൻ ജോലി ഒന്നും ബാക്കി ഉണ്ടായിരുന്നില്ല. അത്യന്തം സന്തോഷവതിയായിത്തീർന്ന അവർ കുട്ടികളോട്

തന്നോടൊപ്പം താമസിക്കാൻ ആവശ്യപ്പെട്ടു. തനിക്കു ചെയ്യാൻ ചില ജോലികൾ ബാക്കിയുണ്ട് എന്നും തന്റെ സഹോദരി അവരോടൊപ്പം അവിടെ താമസിക്കും എന്നും ഗബ്രിയേൽ മറുപടി നൽകി. അങ്ങനെ ജൂലിയെത്തയെ ആ വീട്ടിൽ താമസിപ്പിച്ച ശേഷം ഗബ്രിയേൽ യാത്ര പുറപ്പെട്ടു.

മൂന്നു ദിവസം അവൻ പക്ഷികൾ പറഞ്ഞ ദിശയിൽ കാടും മലയും താണ്ടി ദുർമന്ത്രവാദിനിയുടെ കുടിൽ അന്വേഷിച്ചു നടന്നു. നാലാം ദിവസം നേരം പുലർന്നപ്പോഴും തന്റെ അന്വേഷണം എവിടെയുമെത്തിയില്ല എന്ന് ഗബ്രിയേലിനു മനസ്സിലായി. നിരാശയോടെ അവൻ തറയിൽ കമിഴ്ന്നു കിടന്നു കൈകളിൽ മുഖം വച്ചു കരയാൻ തുടങ്ങി. അല്പസമയം കഴിഞ്ഞപ്പോൾ ഒരു ചിറകടിശബ്ദം കേട്ട് അവൻ തലയുയർത്തി നോക്കി. തിളങ്ങുന്ന കണ്ണുകളുമായി ഒരു പ്രാവ് അവനെ നോക്കിക്കൊണ്ട് തൊട്ടടുത്തുള്ള ഒരു ചില്ലയിൽ ഇരിക്കുന്നുണ്ടായിരുന്നു.

"ഓ, എന്റെ പ്രാവേ," അവൻ കരഞ്ഞുകൊണ്ട് പക്ഷികളുടെ ഭാഷയിൽ ചോദിച്ചു. "നിനക്ക് ഇവിടെ എവിടെയോ താമസിക്കുന്ന ഒരു ദുർമന്ത്രവാദിനിയുടെ കുടിലിലേക്കുള്ള വഴിയറിയാമോ?"

"എന്റെ കുട്ടീ, നിന്നെ ആരാണ് ഇത്ര കുഴപ്പം പിടിച്ച ഒരു കാര്യത്തിനായി പറഞ്ഞയച്ചത്?" പ്രാവ് സങ്കടത്തോടെ ചോദിച്ചു.

"എന്റെ നല്ലതോ ചീത്തയോ ആയ തലയിലെഴുത്ത്." ഗബ്രിയേൽ പ്രതിവചിച്ചു. "അതിൽ ഏതാണ് എന്നെ ഈ ദൗത്യത്തിന് അയച്ചിരിക്കുന്നത് എന്നെനിക്കറിയില്ല."

"അവിടെയെത്താൻ നീ കാറ്റിനെ പിന്തുടർന്നാൽ മതി. ഇന്ന് അത് ആ കുടിലിന്റെ ദിശയിലേക്കാണ് വീശുന്നത്." പ്രാവ് ദയവോടെ പറഞ്ഞു.

പ്രാവിനോടു നന്ദി പറഞ്ഞ ശേഷം ഗബ്രിയേൽ നവോന്മേഷത്തോടെ വീണ്ടും നടന്നുതുടങ്ങി. കാറ്റിന്റെ ദിശ മാറി തനിക്കു വഴി തെറ്റും എന്ന് അവനു ഭയം തോന്നിയെങ്കിലും ആ പാവം കുട്ടികളോടുള്ള സഹതാപം കൊണ്ടെന്നപോലെ കാറ്റ് ഒരേ ദിശയിലേക്ക് അനുസ്യൂതം വീശിക്കൊണ്ടേയിരുന്നു.

മുന്നോട്ടു പോകുംതോറും കാടിന്റെ ഭീകരത വർദ്ധിച്ചു കൊണ്ടേയിരുന്നു. ഇടതൂർന്നു വളർന്നു നിൽക്കുന്ന കൂറ്റൻ മരങ്ങൾക്ക് താഴെ നിന്നപ്പോൾ താൻ ഒരു ഒച്ചിനെപ്പോലെ ചെറുതും നിസ്സഹായനുമാണെന്നു ഗബ്രിയേലിനു തോന്നി. പെട്ടെന്നാണ് മരങ്ങൾക്കപ്പുറം ഒരു ചെറിയ പ്രകാശം അവൻ കണ്ടത്.

ഇതുതന്നെയാവണം ദുർമന്ത്രവാദിനിയുടെ കുടിൽ! അവൻ മന്ത്രിച്ചു. നേരം കളയാതെ അവൻ ആ ചെറിയ മരക്കുടിലിന്റെ നേരെ ഓടി. ക്ഷീണവും ഭയവുംകൊണ്ട് ആകെ തളർന്നിരുന്നുവെങ്കിലും അവൻ ആ പൊളിഞ്ഞ വാതിൽക്കൽ നിർത്താതെ മുട്ടി. അൽപ്പനേരം കഴിഞ്ഞപ്പോൾ വാതിൽ തുറക്കുകയും ഒരു ചെറിയ മെഴുകുതിരിയുമായി ഒരു പടുകിഴവിയുടെ രൂപം പ്രത്യക്ഷപ്പെടുകയും ചെയ്തു. അവരുടെ മുഖത്തെ ചുളിവുകൾ ആ അരണ്ട വെളിച്ചത്തിൽ കണ്ടപ്പോൾ ആ സ്ത്രീക്ക് ഒരായിരം വർഷമെങ്കിലും പ്രായമുണ്ട് എന്ന് അവനു തോന്നി. അവരുടെ ശരീരമാകെ പല്ലികളും പാറ്റകളും പുഴുക്കളും പറ്റിയിരുപ്പുണ്ടായിരുന്നു.

“ഈ നേരത്ത് ആർക്കാണ് എന്നെ ഉണർത്താൻ ധൈര്യമുണ്ടായത്?” ഞരങ്ങുന്നതുപോലെയുള്ള ശബ്ദത്തിൽ അവർ ചോദിച്ചു. “എളുപ്പം കാര്യമെന്താണെന്നു പറഞ്ഞില്ലെങ്കിൽ നീ അതിന്റെ ഫലം അനുഭവിക്കും.”

“എനിക്ക് സത്യസന്ധനായ പക്ഷിയുടെ കൊട്ടാരത്തിലേക്കുള്ള വഴി കാണിച്ചു തരാമോ?” വിറയ്ക്കുന്ന ശബ്ദത്തിൽ ഗബ്രിയേൽ ചോദിച്ചു.

“കൊള്ളാം,” ആ സ്ത്രീ ഒന്ന് ചിരിച്ചതുപോലെ അവനു തോന്നി. “എന്തായാലും ഇപ്പോൾ നേരം ഇരുട്ടിയല്ലോ, നാളെ നേരം വെളുക്കുമ്പോൾ നിനക്ക് ഞാൻ വഴി കാണിച്ചു തരാം. ഇപ്പോൾ അകത്തു വന്നു എന്റെ പല്ലികൾക്കൊപ്പം ഉറങ്ങിയാട്ടെ.”

“എനിക്ക് താമസിക്കാൻ പറ്റില്ല.” ഗബ്രിയേൽ ധൈര്യം സംഭരിച്ചു പറഞ്ഞു. “ഇപ്പോൾ തിരിച്ചുപോയാൽ പുലരും മുൻപ് എനിക്ക് ഈ കാടിന്റെ ഓരത്തുള്ള പാതയിൽ തിരിച്ചെത്താം.”

“ശരി. ഞാൻ നിന്നെ സഹായിക്കാം. പക്ഷേ നീ എനിക്ക് ആ കൊട്ടാരത്തിന്റെ മുറ്റത്തുള്ള ജലധാരയിൽനിന്നുള്ള ജലം

കൊണ്ട് വന്നു തരണം. വാക്ക് പാലിച്ചില്ലെങ്കിൽ ഞാൻ നിന്നെ ശപിച്ച് ഒരു പല്ലി ആക്കി മാറ്റും." മന്ത്രവാദിനി മുരണ്ടു.

"ഞാൻ വാക്ക് തരുന്നു." ഗബ്രിയേൽ ഉറച്ച ശബ്ദത്തിൽ പറഞ്ഞു.

മന്ത്രവാദിനി തുളച്ചു കയറുന്ന ശബ്ദത്തിൽ ചൂളം വിളിച്ചു. എല്ലും തോലുമായ ഒരു പട്ടി എവിടെനിന്നോ അവർക്ക് മുന്നിൽ പ്രത്യക്ഷപ്പെട്ടു. എവിടെയോ അലസമായി ചാരത്തിൽ പൂണ്ടു കിടക്കുകയായിരുന്ന ആ പട്ടി ശരീരമാകെ ഒന്ന് കുടഞ്ഞു. ഒരു ജോലി കിട്ടിയതിൽ അവനു വളരെ സന്തോഷമുണ്ടെന്ന് ഒറ്റ നോട്ടത്തിൽ തന്നെ അറിയാമായിരുന്നു.

"ഈ പന്നിയെപ്പോലുള്ള ചെറുക്കന് ആ കൊട്ടാരത്തിലേക്കുള്ള വഴി കാണിച്ചു കൊടുക്കൂ. എന്റെ കൂട്ടുകാരന് അവിടെയെത്തും മുൻപ് മുന്നറിയിപ്പ് കൊടുക്കാൻ മറക്കണ്ട." അവർ പട്ടിക്കു നിർദ്ദേശങ്ങൾ നൽകി.

കുടിലിന്റെ വാതിൽ അവർക്ക് പിന്നിൽ അടഞ്ഞു. വളരെ വേഗം നടക്കുന്ന പട്ടിയുടെ ഒപ്പമെത്താനായി ഗബ്രിയേൽ വലിഞ്ഞു നടന്നു.

എത്ര മണിക്കൂറുകൾ തങ്ങൾ നടന്നു എന്ന് ഗബ്രിയേലിന് ഓർമ്മയില്ല. പട്ടി നിശ്ശബ്ദനായി അവന്റെ മുന്നിലായി ഒരേ വേഗത്തിൽ ഒരു യന്ത്രത്തെപോലെ നടന്നുകൊണ്ടേയിരുന്നു. പെട്ടെന്ന് അവരുടെ മുന്നിൽ ഇരുണ്ടു വിഷാദമൂകമായ ഒരു വലിയ കൊട്ടാരം പ്രത്യക്ഷമായി. പ്രകാശമോ ആളനക്കമോ ഉണ്ടായിരുന്നില്ല എങ്കിലും കൂറ്റൻ കവാടങ്ങളും ജനാലകളും തുറന്നുതന്നെ കിടന്നു. ഭയാനകമായ ഒരു ഓരിയിടലോടെ പട്ടി മുന്നോട്ടു തന്നെ നടന്നു. ഇവിടുത്തെ രീതികളുമായി അതിനു നല്ല പരിചയമുണ്ടെന്ന് തോന്നി. ആ രാക്ഷസൻ എല്ലാ ദിവസവും ഉറങ്ങുന്ന അരമണിക്കൂർ ഈ സമയത്താണോ എന്ന ശങ്കയോടെ ഗബ്രിയേൽ ഒരു നിമിഷം മടിച്ചു നിന്നു. "ദൈവമേ എന്നെ രക്ഷിക്ക്!" പ്രാർത്ഥനയോടെ അവൻ മുകളിലേക്ക് നോക്കി. "ഹിഹിഹി!" അവൻ പറഞ്ഞത് കേട്ടെന്നപോലെ ആരോ മുകളിൽനിന്ന് ഒരു പരിഹാസച്ചിരി ചിരിച്ചു. താൻ ഒരു ഒലിവ്

മരത്തിന്റെ കീഴിലാണ് നിൽക്കുന്നത് എന്ന് അപ്പോഴാണ് അവൻ ശ്രദ്ധിച്ചത്. ആദ്യമൊന്നു ഭയന്നുവെങ്കിലും പക്ഷികൾ പറഞ്ഞ കഴുകനാണ് അതെന്നു ഗബ്രിയേലിനു പെട്ടെന്നുതന്നെ മനസ്സിലായി. അവൻ സന്തോഷംകൊണ്ട് തുള്ളിച്ചാടി.

പക്ഷികളുടെ ഭാഷയിൽ ഗബ്രിയേൽ കഴുകനോടു സംസാരിക്കാൻ തുടങ്ങി. "ബുദ്ധിമാനായ കഴുകാ! ഞാൻ സത്യസന്ധനായ പക്ഷിയെ തിരഞ്ഞു വന്നതാണ്. ആ ദുർമന്ത്രവാദിനിയെ പ്രീതിപ്പെടുത്താൻ ഈ മുറ്റത്ത് എവിടെയോ ഉള്ള ഒരു ജലധാരയിനിന്ന് ഒരു ചെറിയ കുടം വെള്ളം വേണം."

"ഒരിക്കലും അത് ചെയ്യരുത്." കഴുകൻ പറഞ്ഞു. "ജലധാരയിൽ നിന്നുള്ള വെള്ളത്തിനു പകരം അതിനു സമീപത്തുള്ള ചെറിയ കുളത്തിൽനിന്നുള്ള കുമിളകൾ ഉയരുന്ന വെള്ളം എടുക്കുക. അതിനു ശേഷം നടുമുറ്റത്തുള്ള വലിയ പക്ഷിക്കൂടിനടുത്തേക്ക് പോകണം. അത് നിറയെ നിറപ്പകിട്ടാർന്ന മധുരശബ്ദത്തിൽ പാടുന്ന പക്ഷികളാണ്. അവയെ നീ തൊടുകയോ നോക്കുകയോ ചെയ്യരുത്. ഒരു മൂലയ്ക്ക് ഒരു ചെറിയ വെളുത്ത പക്ഷി ഇരിപ്പുണ്ട്. അതാണ് നീ അന്വേഷിച്ചു വന്ന സത്യം മാത്രം പറയുന്ന പക്ഷി. അത് ഒരിക്കലും മരിക്കുകയില്ല എന്നറിയാത്ത മറ്റു പക്ഷികൾ എപ്പോഴും അതിനെ കൊല്ലാൻ ശ്രമിച്ചുകൊണ്ടേയിരിക്കും. എളുപ്പം വേണം. നിന്റെ ഭാഗ്യത്തിന് ഈ കൊട്ടാരത്തിന്റെ കാവൽക്കാരനായ രാക്ഷസൻ ഉറങ്ങുകയാണ്. പതിനഞ്ചു മിനിറ്റുകൾ കഴിഞ്ഞാൽ അവൻ ഉണരും. പിന്നെ നിന്റെ കാര്യം പോക്കാണ്."

തനിക്കാവുന്നത്ര വേഗത്തിൽ ഗബ്രിയേൽ നടുമുറ്റത്തേക്ക് ഓടി. അവിടെ അവൻ ഒരു ജലധാര കണ്ടെങ്കിലും അതിനടുത്തു കണ്ട ചെറിയ കുളത്തിൽനിന്ന് കൈയിലുണ്ടായിരുന്ന കൂജ നിറയെ വെള്ളം അവൻ കോരിയെടുത്തു. ഒരു മൂലയിൽ കൂജ സുരക്ഷിതമായി വച്ച ശേഷം അവൻ പക്ഷിക്കൂടിന് അടുത്തേക്ക് ഓടി. ആ വിശാലമായ കൂടു നിറയെ പലതരം പക്ഷികളായിരുന്നു. അവനെ കണ്ടപ്പോൾ അവയെല്ലാം കൂടി ബഹളമുണ്ടാക്കാൻ തുടങ്ങി. താനാണ് സത്യസന്ധനായ പക്ഷി എന്നായിരുന്നു

ഓരോരുത്തരുടെയും അവകാശവാദം. കാക്കകളും മയിലുകളും മാഗ്പൈകളുമായിരുന്നു ഏറ്റവും ബഹളംവച്ചത്. പക്ഷേ ഗബ്രി യേൽ ആ കോലാഹലമൊന്നും ശ്രദ്ധിച്ചതേയില്ല. ഓരോ മുക്കിലും മൂലയിലും അവൻ താൻ തിരഞ്ഞുവന്ന വെളുത്ത ചെറിയ പക്ഷിയെ തിരഞ്ഞു. ഒരു മൂലയ്ക്ക് നിശ്ശബ്ദയായി ഇരി ക്കുന്ന ആ പക്ഷിയെ അവസാനം അവൻ കണ്ടുപിടിച്ചു. മറ്റു പക്ഷികളുടെ കൊത്തലും മാന്തലും ശരീരം മുഴുവൻ ഏറ്റെ ങ്കിലും സത്യം മാത്രം പറയുന്ന പക്ഷിയെ ഗബ്രിയേൽ നിമിഷ നേരത്തിനുള്ളിൽ തന്റെ ജാക്കറ്റിനുള്ളിലാക്കി.

തനിക്കു പിന്നിലുയരുന്ന അന്ധവിശ്വാസത്തിന്റെ പക്ഷി കളുടെ കരച്ചിൽ ശ്രദ്ധിക്കാതെ ഗബ്രിയേൽ കൂജയുമെടുത്തു മന്ത്രവാദിനിയുടെ കുടിൽ ലക്ഷ്യമാക്കി ഒരു നിമിഷം പോലും കളയാതെ ഓടി. അവിടെയെത്തിയപ്പോഴേക്കും അവൻ ആകെ തളർന്നിരുന്നു. പക്ഷേ ആ കൂജ കൈയിൽ കിട്ടിയ പാടേ മന്ത്ര വാദിനിയുടെ ഭാവം മാറി. കണ്ണുകൾ പകുതി അടച്ചു പെരുവിര ലിൽ പൊങ്ങി നിന്നുകൊണ്ട് അവർ അല്പം മന്ത്രജലം അവനു മേൽ കുടഞ്ഞുകൊണ്ട് അലറി. "തത്തയായി പോകട്ടെ!"

അദ്ഭുതമെന്നു പറയട്ടെ, ആകൃതി നഷ്ടപ്പെട്ട് തത്തയുടെ രൂപത്തിലേക്ക് മാറുന്നതിനു പകരം ഗബ്രിയേൽ പൂർവ്വാധികം സുന്ദരനായി മാറുകയാണ് ചെയ്തത്. അവന്റെ തലമുടി പട്ടു പോലെ മിനുസമുള്ളതായി മാറുകയും ജനിച്ചിട്ട് അധികനേര മാകാത്ത ഒരു കുഞ്ഞിന്റേതെന്നപോലെ ത്വക്ക് സ്നിഗ്ദ്ധമായി മാറുകയും ചെയ്തു. അത്രയും ദിവസത്തെ പട്ടിണിയും അല ച്ചിലും കാരണം ആകെ തളർന്നുപോയിരുന്ന ഗബ്രിയേലിന്റെ ക്ഷീണമൊക്കെ മാറി. അവൻ നോക്കിനിൽക്കെ ആ മന്ത്രവാദിനി യുടെ ചുറ്റും കൂടിയിരുന്ന പല്ലികളും പാറ്റകളുമൊക്കെ മനുഷ്യ രൂപം കൈവരിക്കാൻ തുടങ്ങി.

എന്താണ് സംഭവിക്കുന്നത് എന്ന് കണ്ടപ്പോൾ മന്ത്രവാദിനിക്ക് ഇനിയവിടെ നിൽക്കുന്നത് അപകടമാണ് എന്ന് ബോധ്യമായി. കതകിന്റെ പിന്നിൽനിന്ന് നീളം കൂടിയ ഒരു ചൂൽ വലിച്ചെടു ത്തിട്ടു അതിൽ ചാടിക്കയറി ഇരുന്നശേഷം അവൾ എങ്ങോട്ടോ അതിവേഗത്തിൽ പറന്നു പോയി.

പക്ഷിയേയും കൊണ്ടുവരുന്ന ഗബ്രിയേലിനെ കണ്ട ജൂലിയെത്തയുടെ സന്തോഷം പറഞ്ഞറിയിക്കാൻ കഴിയില്ല. അവൾ സന്തോഷം കൊണ്ട് ചിരിക്കുകയും കരയുകയും ചെയ്തു. ചെറിയ പാത്രങ്ങളിൽ പാലും ധാന്യങ്ങളും പക്ഷിക്ക് കഴിക്കാൻ നൽകിയ ശേഷം ജൂലിയെത്ത പക്ഷിയെ കണ്ടെടുത്ത കഥ കേൾക്കാൻ ഗബ്രിയേലിന്റെ സമീപത്തു വന്നിരുന്നു. തൽക്കാലം വിജയിച്ചുവെങ്കിലും മുന്നിൽ കടമ്പകൾ ഏറെ ബാക്കിയുണ്ട് എന്ന് രണ്ടുപേർക്കും അറിയാമായിരുന്നു. രാജസഭയിലെ അംഗങ്ങൾ അറിയാതെ ഈ പക്ഷിയെ രാജാവിന്റെ മുന്നിലെത്തിക്കേണ്ടത് എങ്ങനെ എന്നതിനെപ്പറ്റി അവർ തലപുകഞ്ഞാലോചിച്ചു. ആരെങ്കിലും കണ്ടുപിടിച്ചാൽ ഈ കഷ്ടപ്പെട്ടതൊക്കെ വെറുതെയാകും എന്നതിൽ അവർക്ക് യാതൊരു സംശയവുമില്ലായിരുന്നു.

അധികം താമസിയാതെ സത്യസന്ധനായ പക്ഷി കൊട്ടാരത്തിനു മുകളിൽ പറന്നു നടക്കുന്നുവെന്ന വാർത്ത നാടാകെ വ്യാപിച്ചു. അത് കേട്ടതോടെ പരിഭ്രാന്തരായ രാജസഭാംഗങ്ങൾ എങ്ങനെ ആ പക്ഷി രാജാവിന്റെ മുന്നിലെത്തുന്നത് തടയാം എന്ന വിഷയത്തെപറ്റി ഗൗരവത്തോടെ ചർച്ചകൾ നടത്തി. അവർ പക്ഷികളെ വേട്ടയാടാനുള്ള ആയുധങ്ങൾ മൂർച്ച കൂട്ടുകയും കെണികൾ കേടുപാടു തീർക്കുകയും അമ്പുകളിൽ വിഷം പുരട്ടി ഉണക്കുകയും ചെയ്തു. പക്ഷിവേട്ടയിൽ പ്രത്യേക പരിശീലനം നേടിയ പരുന്തുകളും കഴുകന്മാരും സദാനേരവും കൊട്ടാരത്തിനു മുകളിൽ പാറിപ്പറന്നു. അതിനെ കൊല്ലാൻ കഴിയില്ല എന്നറിയാമായിരുന്ന മന്ത്രിമാർ വിദഗ്ദ്ധരായ ആശാരിമാർക്ക് ബലവത്തായ കൂടുകൾ നിർമ്മിക്കാൻ ആജ്ഞ നൽകി. ആ പക്ഷിയുടെ വെളുത്ത തൂവലുകൾ അതിനടിയിലുള്ള കറുത്ത തൂവലുകളെ മറയ്ക്കാനുള്ള ഒരു ആവരണം മാത്രമാണ് എന്ന് അവർ പറഞ്ഞു പരത്തി. സത്യസന്ധനെ രാജാവിൽ നിന്ന് അകറ്റി നിർത്താനും അഥവാ അദ്ദേഹം അതിനെ കണ്ടുമുട്ടിയാൽ ആ പക്ഷി പറയുന്നതൊന്നും അദ്ദേഹം വിശ്വസിക്കാതിരിക്കാനും വേണ്ടി അവർ ഇനി ചെയ്യാൻ ബാക്കിയൊന്നും ഉണ്ടായിരുന്നില്ല.

ഇത്തരം കാര്യങ്ങളിൽ സാധാരണ സംഭവിക്കുന്നതുപോലെ രാജസഭാംഗങ്ങൾ അനാവശ്യമായി പക്ഷിയെപ്പറ്റി വായിട്ടലയ്ക്കുകയും വിവരം രാജാവിന്റെ ചെവിയിലെത്തുകയും ചെയ്തു. അദ്ദേഹത്തിന് ആ പക്ഷിയെ കാണണം എന്ന് ആഗ്രഹം തോന്നി. പരിഭ്രാന്തരായ അദ്ദേഹത്തിന്റെ ആശ്രിതർ കൂടുതൽ തടസ്സങ്ങൾ ഉന്നയിക്കുന്തോറും അദ്ദേഹത്തിന്റെ ആഗ്രഹത്തിന്റെ ശക്തി കൂടി വന്നതേയുള്ളൂ. അവസാനം ആ പക്ഷിയെ കണ്ടുമുട്ടുന്നവർ താമസംവിനാ തന്റെ മുന്നിലെത്തിക്കണം എന്നും ഉചിതമായ പാരിതോഷികം അവർക്ക് നൽകുന്നതായിരിക്കും എന്നും മഹാരാജാവ് പ്രഖ്യാപിച്ചു.

രാജവിളംബരം കേട്ടയുടൻ ഗബ്രിയേൽ തന്റെ സഹോദരിയെ വിവരമറിയിച്ചു. ഇത് തന്നെ പറ്റിയ അവസരം എന്ന് കരുതി രണ്ടുപേരും പക്ഷിയുമായി അടുത്ത ദിവസം സൂര്യനുദിക്കും മുൻപ് കൊട്ടാരത്തിലേക്ക് പുറപ്പെട്ടു. അത്രയും നാൾ തന്റെ സഹോദരിയെ സുരക്ഷിതയായി നോക്കിയ വീട്ടമ്മയ്ക്ക് ഗബ്രിയേൽ നന്ദി പറയുകയും തങ്ങൾക്കു ഒരു നല്ലകാലം വന്നാൽ അവരെ മറക്കുകയില്ല എന്ന് വാഗ്ദാനം ചെയ്യുകയും ചെയ്തു.

മേൽക്കുപ്പായത്തിനുള്ളിൽ മറച്ചുവച്ച പക്ഷിയുമായി ഗബ്രിയേൽ അനുജത്തിയുടെ കയ്യും പിടിച്ചു കൊട്ടാരത്തിന്റെ പ്രവേശന കവാടത്തിന് അടുത്തെത്തി. വിലകുറഞ്ഞ കുപ്പായങ്ങൾ ധരിച്ച ആ അശരണരായ കുട്ടികളെ അകത്തേക്ക് കടത്തിവിടാൻ കാവൽക്കാർ തയ്യാറായില്ല. തങ്ങൾ രാജകല്പന അനുസരിച്ചാണ് അവിടെയെത്തിയിരിക്കുന്നത് എന്ന് ഗബ്രിയേൽ പറഞ്ഞു നോക്കിയെങ്കിലും ഫലമുണ്ടായില്ല. മഹാരാജാവ് ഇതുവരെ ഉറക്കമെഴുന്നേറ്റിട്ടില്ല എന്നും അദ്ദേഹത്തെ ഉണർത്തുന്നത് കുറ്റകരമാണ് എന്നും കാവൽക്കാർ മറുപടി പറഞ്ഞു.

ഈ സംഭാഷണം കേട്ടുകൊണ്ടിരുന്ന പക്ഷിക്ക് ആ കുട്ടികളെ അകത്തേക്ക് കടത്തിവിടാൻ പോകുന്നില്ല എന്ന് ബോദ്ധ്യമായി. ഗബ്രിയേലിന്റെ കുപ്പായത്തിനുള്ളിൽനിന്ന് പറന്നുയർന്ന പക്ഷി കുറച്ചൊന്നു ചുറ്റിക്കറങ്ങിയതിനുശേഷം പട്ടുശീലകൾ പാറിപ്പറക്കുന്ന കൊത്തുപണികൾ ചെയ്ത ജനാലകളുള്ള രാജാവിന്റെ പള്ളിയറ കണ്ടെത്തി. മനോഹരമായി ചിത്രപ്പണികൾ ചെയ്ത

രാജാവിന്റെ കിടക്കമേൽ പറന്നിരുന്ന ശേഷം പക്ഷി അദ്ദേഹത്തെ തല കുനിച്ചു വന്ദിച്ചു. എന്നിട്ട് പറഞ്ഞുതുടങ്ങി.

"അല്ലയോ മഹാരാജാവേ, അങ്ങ് കാണാനാഗ്രഹിച്ച സത്യ സന്ധനായ പക്ഷി ഞാനാണ്. എന്നെയുംകൊണ്ട് വന്ന കുട്ടികളെ അങ്ങയുടെ കൊട്ടാരം കാവൽക്കാർ തടഞ്ഞുനിർത്തിയിരിക്കുക യാണ്."

"അവരുടെ വിവരമില്ലായ്മയ്ക്കുള്ള പ്രതിഫലം താമസി യാതെ ലഭിച്ചിരിക്കും." രാജാവ് രോഷത്തോടെ പറഞ്ഞു. ഉടനെ തന്നെ കുട്ടികളെ തന്റെ മുറിയിലേക്ക് കൊണ്ടുവരാൻ അദ്ദേഹം ആജ്ഞാപിച്ചു. തന്റെ മുന്നിലേക്ക് വന്ന കോമളരായ കുട്ടികളെ കണ്ടു രാജാവ് ഒരു നിമിഷം അമ്പരന്നു. അദ്ദേഹം കൗതുക ത്തോടെ ചോദിച്ചു.

"നിങ്ങൾ ആരാണ്? സത്യസന്ധനായ പക്ഷിയുമായി നിങ്ങൾക്ക് എന്താണ് ബന്ധം?"

"അങ്ങയോട് അത് ഈ പക്ഷിതന്നെ വിശദീകരിക്കും." ഗബ്രി യേൽ വിനയത്തോടെ പ്രതിവചിച്ചു.

അങ്ങനെ പക്ഷി കഥ പറയാൻ തുടങ്ങി. ഇത്രയും വർഷ ങ്ങളായി വിശ്വസ്തരെന്നു കരുതിയിരുന്നവർ തന്നെ ചതിച്ചു കൊണ്ടിരുന്ന ചരിത്രം കേട്ട രാജാവ് തളർന്നിരുന്നുപോയി. കണ്ണു നീരോടെ അദ്ദേഹം തന്റെ മക്കളെ മാറോടണച്ചു. എത്രയും പെട്ടെന്ന് കുട്ടികളുമായി അവരുടെ അമ്മയുടെ സമീപത്തെ ത്താനായി രാജാവ് മലമുകളിലെ ഗോപുരത്തിലേക്കു യാത്ര തിരിച്ചു. വർഷങ്ങളായി സൂര്യപ്രകാശം തട്ടാതെ ജീവിച്ചതിനാൽ ആ സ്ത്രീ മാർബിൾപോലെ വിളറി വെളുത്തിരുന്നു. പക്ഷേ തന്റെ ഭർത്താവിനെയും മക്കളെയും കണ്ടപ്പോൾ റാണിയുടെ മുഖത്തു ചുവപ്പ് നിറം തിരിച്ചുവരികയും അവർ പഴയതുപോലെ ചൈതന്യവും സൗന്ദര്യവും തികഞ്ഞു രാജപ്രൗഢിയോടെ ശോഭിക്കുകയും ചെയ്തു.

സന്തോഷപൂർവ്വം രാജാവ് തന്റെ കുടുംബവുമായി കൊട്ടാര ത്തിലേക്ക് തിരിച്ചെത്തി. അപ്രതീക്ഷിതമായി സൗഭാഗ്യങ്ങൾ തിരിച്ചു കിട്ടിയ അദ്ദേഹം ഗംഭീരമായ ആഘോഷം തന്നെ

സംഘടിപ്പിച്ചു. തന്നെ ചതിച്ച രാജസഭാംഗങ്ങളെ അദ്ദേഹം വിചാരണ ചെയ്യുകയും ഉചിതമായ ശിക്ഷ നൽകുകയും ചെയ്തു. തന്റെ കുട്ടികളെ കാത്തുസൂക്ഷിക്കുകയും സഹായിക്കുകയും ചെയ്ത എല്ലാവർക്കും രാജാവ് സമ്മാനങ്ങളും ധാരാളം ധനവും നൽകി ആദരിച്ചു. മീൻ പിടുത്തക്കാരനായ ലൂക്കാസും സാറയും അവരുടെ കുട്ടികളും കൊട്ടാരത്തിലേക്ക് താമസം മാറുകയും ജീവിതാവസാനം വരെ തന്റെ വളർത്തു മക്കളോടൊപ്പം സന്തോഷത്തോടെ കഴിയുകയും ചെയ്തു.

(എൽ ആവേ ദ ല വെർദാദ് എന്ന സ്പാനിഷ് നാടോടിക്കഥ)

∎

ഹരിത സാവിത്രി

കരുനാഗപ്പള്ളിയിൽ ജനനം. വിദ്യാഭ്യാസം: കേരള യൂണിവേഴ്സിറ്റിയിൽ നിന്ന് ഇംഗ്ലീഷ് സാഹിത്യത്തിലും യൂണിവേഴ്സിറ്റി ഓഫ് ബാഴ്സിലോണയിൽ നിന്ന് ഇംഗ്ലീഷ് ഭാഷാശാസ്ത്രത്തിലും ബിരുദാനന്തര ബിരുദം. ഇസ്കന്ദർ പാലയുടെ Tulips of Istanbul (ഇസ്താംബൂളിലെ പ്രണയപുഷ്പമേ... - മലയാള വിവർത്തനം) ഗ്രീൻ ബുക്സ് പ്രസിദ്ധീകരിച്ചു.

www.ingramcontent.com/pod-product-compliance
Lightning Source LLC
LaVergne TN
LVHW041535070526
838199LV00046B/1675
* 9 7 8 9 3 8 8 8 3 0 0 0 3 *